मराठेकालीन शौर्यकथा

रणझुंजार मराठ्यांच्या पराक्रमाच्या सुरस कथा

प्रा. सु. ह. जोशी

निवृत्त प्राध्यापक,

उपसंपादक : भारतीय संस्कृतिकोश, मुलांचा संस्कृतिकोश,

महाराष्ट्रातील एक प्रसिद्ध वक्ते

डायमंड पब्लिकेशन्स

मराठेकालीन शौर्यकथा

सु. ह. जोशी
ॐकार, ३२ लक्ष्मी पार्क, नवी पेठ, पुणे ३०
फोन - २४५३०४६०, ९९२२४१९२१०

Marathekalin Shouryakatha
S. H. Joshi

पहिली आवृत्ती : नोव्हेंबर २००८
पुनर्मुद्रण : २०२२

ISBN 978-81-8483-068-2

मुखपृष्ठ : शाम भालेकर

मुद्रक : ट्रीनिटी अकॅडमी, पुणे

प्रकाशक
डायमंड पब्लिकेशन्स
२६४/३ शनिवार पेठ, ३०२ अनुग्रह अपार्टमेंट
ओंकारेश्वर मंदिराजवळ, पुणे-४११ ०३०
☎ ०२०-२४४५२३८७, २४४६६६४२

info@dpbooks.in
www.dpbooks.in

प्रस्तावना

श्री शिवराय म्हणजे राष्ट्रीय चारित्र्यासाठी अत्यंत आवश्यक असलेले व्यक्तित्व. जसे रामायण महाभारत तसे शिवभारत! जशी ज्ञानेश्वरी तुकारामगाथा तशीच शिवगाथा. जसे श्रीराम श्रीकृष्ण तसे श्रीशिवराय! श्री समर्थ रामदासस्वामींनी श्री शिवरायांचे अप्रतिम असे वर्णन केलेले आहे. अगदी थेट त्या काळापासून आजपर्यंत श्री शिवरायांनी लक्षावधींना स्फूर्ती दिलेली आहे. नेताजी सुभाषचंद्रही म्हणतात, "शिवाजी शिवाजी शिवाजी! शिवाजी हाच आमचा ध्येयतारा झाला पाहिजे." आणि शिवाजीमहाराजांनी स्थापिलेले हिंदवी स्वराज्य... त्याचे पुढे साम्राज्यात रूपांतर झाले, मराठ्यांचा हा सारा इतिहास अत्यंत रोमांचकारी, काही पराक्रमाने परिपूर्ण, साहसपूर्ण असा आहे. मराठ्यांचे वैशिष्टच म्हणजे आखिल भारतवर्ष त्यांच्या डोळ्यांसमोर होता, सारा भारत मुक्त करण्यासाठी सहस्त्रावधींनी बलिदान केलेले आहे. हा सारा इतिहास अत्यंत स्फूर्तिदायक, प्रेरणादायक असाच आहे. नवीन पिढीला तर तो अत्यंत आवश्यक आहे. यातून नवीन पिढी, नवीन भारत घडणार आहे. वाचकांनी ह्या कथांचे स्वागत करावे ही विनंती.

धडाडीचे नि दूरदृष्टी असलेले प्रकाशक श्रीमान दत्तात्रेय गं. पाष्टे ह्यांचा तर सदैवच ऋणी आहे. कारण गेली सुमारे तीस वर्षे साठून राहिलेल्या कथा त्यांच्याचमुळे प्रकाशात येत आहेत. अप्रसिद्धांना संधी देणे, पुढे आणणे हे तर पाष्टेसाहेबांचे वैशिष्टच. त्यांना विनम्र वंदन!

पुस्तक लिहिण्याकरीता शिवशाहीर बाबासाहेब पुरंदरे, श्री. निनाद बेडेकर, प्र. के. घाणेकर, श्री. पांडुरंग बलकवडे, श्री. जगन्नाथ चव्हाण, माझ्या मातु:श्री कै. लक्ष्मीबाई, पिताजी कै. हरिभाऊ, बंधू कै. किशोर, भगिनी कै. सुमती, भार्या सौ. वैशाली यांचे प्रोत्साहन आहे. तसेच श्री. मोहनराव वैद्य, अरुणराव पंडित, श्री. श्रीकृष्ण परांजपे, दादा वैद्य, अप्पा वैद्य, श्रीमती लक्ष्मीबाई खडीवाले, डॉ. ताई मानकामे, श्रीकान्त, स्मिता - स्वाती, संप्रसाद, विद्या, सदावर्ते, नीतीन

मेघना - सदावर्ते, मंगेश मोरे, श्री. रवींद्र घाटपांडे, घनश्याम पाटील यांचे मोलाचे सहकार्य आहे.

पुस्तक देखणे व वाचनीय करण्याकरिता श्यामराव भालेकर, सुनीता दांडेकर, मानसी दांडेकर, शिल्पा कुलकर्णी, शिल्पा कुलथे, सौमित्र केंजळे आणि अनुश्री भागवत यांनी अपार परिश्रम घेतले आहेत.

या सर्वच गुणीजनांचा मी आभारी आहे.

- सु. ह. जोशी

ॐकार, ३२ लक्ष्मी पार्क

नवी पेठ, पुणे ४११०३०

९९२२४१९२१० / २४५३०४६०

अनुक्रमणिका

१. जय शिवराय

बालशिवाजी

श्रीशिवाजीमहाराजांचे बाल्य कसे असेल नाही? अर्थात् मुलाचे पाय पाळण्यात दिसतात ते येथेही पूर्ण सत्य आहे. शिवबा अगदी बालपणापासूनच अतिशय हुशार, चाणाक्ष, शूर, स्पष्टवक्ता, चौकस, स्वाभिमानी होता. पुढे दिसलेले याचे अनेक तेजस्वी पैलू लहानपणीच प्रकट झालेले होते. 'शिवभारत' ह्या प्रख्यात ग्रंथाचे निर्माते कवीन्द्र परमानन्दनिधिवासकर (नेवासकर), शिवशाहीर श्रीमान् ब. मो. तथा बाबासाहेब पुरंदरे ह्यांनी बालशिवबाचे अप्रतिम चित्र रेखाटलेले आहे. त्यांच्याच ग्रंथांतून ते पाहणे अधिक सुरेख ठरेल, पण तूर्त असे म्हणूया की -

इतक्या लहानपणी तो आपल्या मित्रांना शिकवीत असे की, ''येथे आपले राज्य व्हावे हे श्रींचे मनात फार आहे!''

कधी देवदर्शनासाठी ते जेजुरी, देहू, आळंदी, मोरगाव येथे घोडे दौडत. ह्या मित्रमंडळींच्या ओठांवरती काळी किनारही अजून उमटलेली नव्हती. पण स्वप्ने रंगत होती स्वराज्याची. पुण्याभोवतीच्या कोट किल्ल्यांची खडान् खडा माहिती त्याने मिळविली होती. वयाच्या बाराव्या वर्षीच त्याने नि दादाजी नरसप्रभू गुप्ते देशपांडे यांनी श्रीरायरेश्वराच्या पूजेअर्चेची व्यवस्था केली. (२६ मे १६४२) प्रतिज्ञाच घेतली ना!

आणि एके दिवशी शिवबा अत्यंत भडकला. सर्वांशी अतिशय गोड बोलणारा शिवबा रागावला. कधी इतके भयंकर रागावलेले त्याला कोणी पाहिले नव्हते. त्याला कारणही तसेच घडले होते. रांझे गावच्या एका प्रमुख अधिकाऱ्यानेच एक भयंकर अपराध केलेला होता. अहो, कुंपणच शेत खाऊ लागले. आता दाद कुणाकडे मागावयाची? रांझ्याच्या बाबाजी भिकाजी नामक एका दुष्ट अधिकाऱ्याने

एका स्त्रीचा अपमान केला होता. काय भयंकर गोष्ट ही! किती लांच्छनास्पद! शिवबा हे ऐकून भयंकर संतापला.

'हे रावणराज्य नाही, हे मोगली राज्य नाही, ही आदिलशाही नाही. हे हिंदवी स्वराज्य आहे. स्त्री हा आमचा मानबिंदू आहे. ती आम्हा मराठ्यांना अत्यंत वंदनीय, पूजनीय, आदरणीय आहे. तिचा अपमान जर मुकाटपणे आम्ही सहन करणार असू तर श्रीरामायण-महाभारत कशाला वाचावयाचे? स्त्रियांचा अपमान करणाऱ्यांना तिथे किती कडक शिक्षा दिली गेली!' शिवशाहीर श्रीमान् बाबासाहेब म्हणतात, आणि संतापलेल्या शिवबाने सैनिक पाठविले. बाबाजीला पकडून आणले. चौकशी केली नि शिवबाने कडाडून आज्ञा सोडली-

'ह्याचे दोन हात कोपरापासून नि दोन पाय ढोपरापासून तोडून टाका. ह्याचे सारे अधिकार काढून घ्या.' (२८ जाने. १६४५)

त्या वेळी शिवबाचे वय केवळ १५ होते!

❑❑

श्री शिवरायांचे गुप्तहेर खाते

गुप्तहेर नसतील तर राज्यच चालणार नाही. कित्येक वेळा राज्य म्हणजे कट, कारस्थाने, फंद-फितुरी, गडबडी, परकीय घुसखोरी यांचे माहेरस्थानच. हे सर्व जाणून घेण्यासाठी गुप्तहेर हवेतच. म्हणूनच म्हटले आहे ना-

चारचक्षुषः वै राजानः।

(गुप्तहेर हेच राजांचे डोळे होत)

अगदी श्रीऋग्वेदकाळापासून गुप्तचरांचा उल्लेख आढळतो. प्रख्यात राजनीतिज्ञ कौटिल्य यांनी तर आपल्या अर्थशास्त्रात गुप्तचरांचे विस्तृत वर्णन दिलेले आहे.

राजांना सतत सावधानता बाळगावी लागते. आणि गुप्तहेर असणे हे त्या सावधानतेचे एक महत्त्वाचे अंग होय. श्रीशिवाजीमहाराज तर सावधांचे मुकुटमणी. तेव्हा ते गुप्तहेरसंस्थेच्या बाबतीत कमालीचे सावध असणारच.

शिवाजीमहाराजांनी युद्धात जे अनेक देदीप्यमान विजय मिळविले त्यापूर्वी त्यांना शत्रुसैन्याच्या बळाची; त्यांच्या सेनानायकांच्या अंतःकरणाची; शत्रूच्या मर्मस्थानांची संपूर्ण माहिती होती. ही माहिती अर्थात गुप्तचरांच्या द्वारेच मिळणार!

विख्यात लेखक महामहोपाध्याय साहित्याचार्य श्रीमान बाळशास्त्री हरदास म्हणतात, कौटिल्याने गुप्तहेराला 'गूढ पुरुष' अशी संज्ञा वापरलेली आहे. शिवछत्रपतींनी आपल्या प्रतिभेने स्वतःचे हेरखाते स्वतंत्रपणे उभारले असले तरी

ते कौटिल्यांच्या अर्थशास्त्रात सांगितल्याप्रमाणेच आहे.

महाराज स्वत:च पुष्कळदा हेरगिरीचे काम करीत, असे त्यांच्या समकालीनांनी लिहून ठेवलेले आहे. शिवाजीमहाराज स्वत: वेषान्तर करीत, स्वत: वार्ता मिळवीत, पण महाराजांनी वेषान्तर करून असे साहस केले म्हणजे त्यांच्या मित्रमंडळींना फार काळजी वाटे. अर्थातच! पण महाराज मात्र अशी साहसे करीत. शिवशाहीर बाबासाहेब म्हणतात, कारण महाराज पुरुष होते, पुरुषोत्तम होते.. असो.

लाकडाच्या मोळ्या विकणाऱ्यांचा अथवा गवताचे भारे विकणाऱ्यांचा वेष घेऊन शत्रूच्या सैन्यात वार्ता मिळविण्यासाठी महाराज जात असत, असा उल्लेख आहे (पुण्यश्लोक छत्रपती शिवाजी ४-३२)

महाराज वेषान्तर करण्यात अतिशय पटाईत होते, हे त्यांच्या आगऱ्याहून सुटका या रोमांचकारी प्रकरणावरून स्पष्ट झालेलेच आहे. औरंगजेबाचे सहस्त्रो हेर मागे लागलेले असताना त्यांनी जो रायगडपर्यंत यशस्वी प्रवास केला तो वेगवेगळ्या वेषान्तराचा आश्रय करूनच, हे अगदी उघड आहे.

महाराजांचे गुप्तहेर खाते इतके गुप्त होते की त्याची माहिती मिळणे दुरापास्तच होते. महाराजांच्या पदरी जे अनेक गुप्तहेर होते त्यात बहिर्जी नाईक हे सर्वश्रेष्ठ असून त्यांनीच सुरतेची खडान्खडा माहिती आणली होती. शहर कसे आहे, कोणती संपत्ती कुठे कुठे आहे, कुठे धाड घातली असता प्रचंड घबाड मिळेल, कुठे दैन्य आहे, कुठे जावयाचीही आवश्यकता नाही, कुठे टणक खडक आहे, इंग्लंड-फ्रेंच-डच यांच्या वखारी कोठे आहेत आदी गोष्टींची बित्तंबातमी बहिर्जींनी आणली होती. पण हे करताना त्याने इतक्या विविध क्लृप्त्या केल्या होत्या की त्यांचा पत्ता इतिहासालाही लागला नाही. याला म्हणतात गुप्तहेर! (राजा शिवछत्रपती - ब. मो. पुरंदरे)

अफजलखानाचा सेनानिवेश वाईला असताना श्रीशिवाजीमहाराजांचे एक अत्यंत विश्वासू नि अतिशय हुशार, दक्ष अधिकारी विश्वासराव नानाजी दिघे यांना हेरगिरीसाठी नेमलेले होते. हे सरदार विश्वासराव प्रतिदिनी रात्री फकिराचा वेश करून खानाच्या सेनानिवेशात भिक्षा मागण्याच्या मिषाने जात आणि अफजलखानाच्या खलबतांची इत्थंभूत वार्ता महाराजांना पुरवीत असत. धन्य विश्वासराव नानाजी दिघे यांची! जीवावरचे साहस केले होते त्यांनी. महाराजांना केवढे अमोल साहाय्य झाले त्यांचे! पण त्यांनीही काय काय युक्त्या केल्या त्याचा अजिबात पत्ता लागत नाही.

'फॉरेन बायॉग्राफीज ऑफ शिवाजी' या ग्रंथात असे म्हटलेले आहे की,

''महाराज आपल्या हेरांना मुबलक द्रव्य देत असत. हे हेर शिवाजीमहाराजांना अगदी सुनिश्चित वार्ता देत असत आणि त्यायोगे महाराजांना यशप्राप्ती सोपी जात असे.''

द्रव्य देऊन मित्र कसे मिळवावे; हे महाराजांना उत्तम प्रकारे ज्ञात होते. त्यांचे मित्रही अनेक होते आणि ते त्यांना प्रत्येक तासातासाला माहिती पुरवीत असत.

फादर पेटी जोसेफ टी आर्लीअन्स याने म्हटले आहे की,

महाराज सुरतेत येणार याची वार्ता कोणासही नव्हती. सुरत लुटीपूर्वी कित्येक दिवस अगोदर त्यांनी आपले २०० सैनिक खलाशी, व्यापारी आदींचा वेश देऊन सुरत नगरात पाठविले होते नि त्यांनी बरोबर सर्व माहिती मिळवून ठेवली होती.

महाराज सुरतेला गेले नि सर्वप्रथम सुरतेच्या सर्व दिशांना त्यांनी आपले गुप्तहेर पेरून ठेवले. म्हणूनच सुरतेच्या रक्षणासाठी महाबदखान नामक सरदार निघाला आहे, ही वार्ता महाराजांना सात दिवस अगोदर कळू शकली. जे सुरतेचे तेच सर्व ठिकाणी.

आणखी एक महत्त्वाचे सांगितले पाहिजे की, श्री समर्थ रामदास स्वामींच्या भारतभर ठिकठिकाणी असलेल्या महंतांचाही उपयोग या कामासाठी महाराजांना होत असे. स्वराज्याची स्थापना होण्याआधीच समर्थांनी आपले मठ आणि महंत नियुक्त केलेले होते. ज्या ज्या प्रदेशावर महाराजांनी लुटीस्तव स्वाऱ्या केल्या त्या त्या प्रदेशात समर्थांचे महंत स्थिर झाले होते. जगदोद्धारास्तव स्थिर झाले होते. जगदोद्धार म्हणजे श्रीराम आणि श्रीहनुमान यांच्या भक्तीच्या प्रसाराबरोबरच म्लेच्छांची राजसत्ता उलथून पाडण्याचा प्रयत्न करणे हा होता हे स्पष्ट आहे.

(आधार - पुण्यश्लोक छत्रपती शिवाजी - साहित्याचार्य बाळशास्त्री हरदास, राजा शिवछत्रपती - ब. मो. पुरंदरे)

❑❑

संगमेश्वरीने बाजी पलटली

शिवरायांनी ओळखले होते की भविष्यकाळात स्वराज्याला धोका आहे तो समुद्रावरून येणाऱ्या लालतोंड्यांकडून. समर्थ आरमार, उभारण्याचा मनसुबा ठरला.

पेणजवळच्या भागावती नदीत एका एका जहाजावर ३२/३२ तोफा राहतील अशी २० गुऱ्हाब जहाजं महाराजांनी बांधायला घेतली. ४०० पोर्तुगीज तंत्रज्ञ,

कारागीर, मागतील त्या पगारावर नेमले. पण बरोबरच सर्व खात्यांतून चुणचुणीत मावळ्यांचीही नेमणूक केली.

सर्वच फिरंगी मंडळींनी धसका घेतला. नदीमुखालगतचे सर्व किल्ले पोर्तुगीज लोकांच्या ताब्यात होते. गोव्यात पोर्तुगीजांची बैठक झाली. शिवाजीची जहाजं समुद्रात उतरू नयेत, अशी नदीमुखाची नाकेबंद केली गेली.

एके दिवशी अचानक जहाजबांधणीतील झाडून सर्व पोर्तुगीज नाहीसे झाले. शिवरायांना असे घडेल याची अपेक्षा होतीच. आपल्या मावळ्यांना बोलावून राजांनी विचारले, ''परिस्थिती गंभीर आहे. तुम्ही काय करू शकता.''

''आम्हीही जहाजं बांधू. त्यांच्या संरक्षणासाठी छोट्या होड्याही बांधू.'' मावळे म्हणाले. राजांनी मायेने आणि कौतुकाने पाठीवरून हात फिरवला. मावळे हरखले. दुप्पट उत्साहाने कामाला लागले. आणि काय आश्चर्य...

लवकरच गुऱ्हाब जहाजं पूर्ण झाली आणि पूर्ण झाल्या संरक्षक होड्या. या होड्यांना नाव देण्यात आलं, ''संगमेश्वरी.' प्रतिलोम अभियांत्रिकीतून आयात पर्यायी उत्पादनाचा (Import Substitution Through Reverse Engineering) चमत्कारच होत्या या होड्या. मूळ विदेशी होड्यांपेक्षाही श्रेष्ठ होत्या त्या. त्यांच्या मदतीने स्वराज्याचं आरमार सुखरूपपणे समुद्रात उतरलं. भारताचा पश्चिम किनारा सुरक्षित झाला. इंग्रजी जहाजांचा कॅप्टन विल्यम मिन्विन खांदेरीच्या सागरी लढाईच्यावेळी म्हणाला, 'संगमेश्वरी'सारख्या होड्या आमच्याकडे नव्हत्या म्हणून शिवाजी जिंकला.'

□□

अवघे ते सावधपण सर्व विषयी

महाराज काळमिठीतून निसटले

पेटारे उचलले गेले. सर्व देवांना अगदी कळवळून विनविण्यात आले, आणि काय आश्चर्य! सर्व सर्व देवतांनी साहाय्य केले. पेटारे औरंगजेबाच्या काळमिठीतून बाहेर पडू लागले. अगदी सावध होता प्रत्येक जण! काळजी, काळजी, काळजी! स्वराज्याची जोखीम त्यांच्या शिरावर होती. आणि..... आणि काय! हजारो हशमांच्या वेढ्यातून महाराज निसटले (१७-८-१६६६). आज औरंगजेबावर अगदी वरताण झाली होती. अवघ्या नऊ वर्षांचा संभाजी! पण तोही अगदी चिडीचिप पेटाऱ्यात बसला होता.

प्रत्येक निमिष कोटीमोलाचे होते - रातोरात सारे जण मथुरेत दाखल झाले.

महाराजांनी संभाजीराजांना मोरोपंत पिंगळे यांचे मेव्हणे मथुरे म्हणून दोघे बंधू होते त्यांच्या स्वाधीन केले. नंतर सर्वांनी वेषान्तर केले. सर्व जण गोसावी बनले आणि सर्वजण तडक दक्षिणेकडे निघाले. नरवरच्या घाटाचा रस्ता धरला. इकडे दुसऱ्या दिवशी १८ ऑगस्टला औरंगजेबाला महाराज निसटल्याची वार्ता कळली. त्याला आश्चर्याने वेडच लागण्याची पाळी आली. सारे जग आपल्याभोवती गरगर फिरत आहे, असाच जणू त्याला भास झाला. चिडून भराभरा हुकूम सुटले, महाराजांच्या पाठलागासाठी घोडेस्वार तुफान वेगात दौडत निघाले - हुकूम सुटले - 'दक्षिणेकडच्या एकूण एक वाटा रोखून धरा, घाट, नद्या, रस्ते, सारे सारे तपासा, गोसावी इत्यादींच्या सख्त झडत्या घ्या.''

तिकडे महाराज मात्र प्रचंड वेगाने निघाले होते. नरवर ओलांडले गेले. विलक्षण बेमालूमपणे ते चालले होते. पावसामुळे फार अडथळे येत होते. पण 'काळ मागे लागला! थांबला तो संपला!' या वृत्तीने अगदी प्रयत्नांची पराकाष्ठा चालू होती. बादशहाचे हेर नि सैनिक हे आपल्यापर्यंत पोचण्याच्या आत त्यांना राजगड गाठायचा होता.

पण अरेरे! एकमात्र अत्यंत दुःखद गोष्ट घडली, फारच वाईट! आग्रा शहरात कसून तपासणी चालू असता महाराजांचे दोन अगदी प्राणप्रिय साथी- रघुनाथ बल्लाळ कोरडे नि त्र्यंबक सोनदेव डबीर हे दोघे फुलादखानाच्या हातात सापडले. महाराजांची नीट सुटका व्हावी या व्यवस्थेत ते गुंतले होते. पण दुर्दैव उभे राहिले, २० ऑगस्ट श्रावण वद्य अमावास्येला ते सापडले. आणि मग? मग अनन्वित यमयातना, भयानक छळ.

वीस दिवसांत महाराष्ट्र गाठला

इकडे महाराज नि त्यांचे साथी प्रचंड घोडदौडी करीत जणू काही वायुवेगाने चालले होते - औरंगजेबाचे अम्मलदार, सरदार, सैनिक, हेर आटोकाट प्रयत्न करीत होते. पण कोणाच्या संशयातही न सापडता अवघ्या वीसच दिवसांनंतर महाराष्ट्राच्या प्रवेशद्वारात ते पोचले. आईसाहेब काळजीने अगदी करपून गेल्या होत्या. शिवबा शिवबा असा टाहो फोडीत होत्या. पण अशा दुःखद स्थितीतही स्वराज्याचा कारभार अगदी उत्तम आणि व्यवस्थित चालला होता. सर्व जण सुखी होते पण... महाराज नसल्यामुळे कसे सुनेसुने वाटत होते. शिवबा राजगडला गेला तेव्हा फाल्गुन महिना होता, आता भाद्रपद महिना संपत आला तरी अजून सुखद वार्ता येत नव्हती, आईसाहेब जणू म्हणत होत्या, ''या मुलांनो या, मी तुमची वाट पाहत आहे.'' आणि काही बैरागी महाराष्ट्रात प्रवेशिले. केवढा आनंद

झाला होता त्यांना! शत्रूला फसवल्याचा आनंद, मुक्ततेचा आनंद आणि आणखी खूप! एके दिवशी तो राजगड दिसू लागला. बैरागी राजगडच्या दरवाजापाशी आले. ''आम्हाला आत घ्या'' विनवू लागले. सारे बैरागी परवानगी मिळाल्यावर आत आले आणि काय सांगावे, आनंदाचा महापूर लोटला. एका तेजस्वी बैराग्याने एकदम पुढे जाऊन आईसाहेबांच्या पावलावर आपले मस्तक टेकले. ''कोण, शिवबा?'' होय शिवबाच! हे निराजीपंत, हे दत्ताजीपंत आईसाहेबांना ओळखता येईनात, तर औरंगजेबाला काय बिशाद ओळखता येते!! गडावरून तोफांची सरबत्ती सुरू झाली होती, राजगड नाचत होता. जो तो महाराजांचे कौतुक करत होता. हो, पण संभाजीराजे कुठे आहेत?

संभाजीराजे मेले, खरंच मेले? नाही, ते अगदी सुखरूप होते पण आत्ताच कोणाला संशय येऊ नये नि मथुरेबंधु नि बालराजे संकटात पडू नयेत म्हणून महाराजांनी दूरदर्शीपणे मुद्दामच ही खोटी बातमी सर्वदूर प्रसृत केली होती.

महाराज आता पुढच्या तजविजीला लागले होते. त्यांच्यासमोर आता तीन कार्ये होती. एक म्हणजे जवळ जवळ १६५९ पासून आतापर्यंत म्हणजे सुमारे सात वर्षे स्वराज्याला फार संकटांना तोंड द्यावे लागत होते. हाल, कष्ट, लूट अत्याचार, बादशाही सैन्याच्या टोळधाडी, आगी, विध्वंस, कत्तली आणि कितीतरी दिव्यांतून प्रजेला जावे लागत होते. अशा स्थितीत आता सैनिकांना, प्रजाजनांना थोडी विश्रांती देणे आवश्यक होते. शेतीची उत्तम व्यवस्था लावावयाची होती. निदान काही काळ तरी स्थिरस्थावर, सुव्यवस्थित शांततापूर्ण वातावरण पाहिजे होते. म्हणजे मग काय होईल? मग सारे मराठे ताजेतवाने होतील, पूर्वीच्या दसपट उत्साहाने, वीरश्रीने कार्याला लागतील, पूर्वीचे सगळे अपमान धुऊन काढता येतील.

कोरडे - डबीर मात्र कैदेत

दुसरी एक कटू नि दुःखद बातमी महाराजांना समजली. महाराजांचे बहुतेक सर्व सवंगडी परतले. पण त्यांचे दोन जीवलग साथी मात्र आग्ऱ्यातच औरंगजेबाच्या ताब्यात सापडले. रघुनाथ बल्लाळ कोरडे नि त्र्यंबक सोनदेव डबीर ही त्यांची नावे. फार निष्ठावन नि जिद्दीची माणसे ही. आग्रा प्रकरणात या दोघांचा फार मोठा वाटा होता. योजना आखणे, पार पाडणे, भेटीगाठी, व्यवस्था इ. अनेक गोष्टींत हे दोघे यशस्वीपणे गुंतलेले असत. हे दोघे एकमेकांचे मेव्हणे होते. काय घोटाळा झाला कुणास ठाऊक पण हे दोघे मेव्हणे फुलादखानाच्या तावडीत सापडले होते. त्यांचा अनन्वित छळ सुरू झाला होता. हाल, संकटे, छळ, कितीतरी यमयातनांना हे

दोन पंत धैर्याने तोंड देत होते. पण त्यांनी एक अक्षर फुलादखानाला कळू दिले नाही. त्यांनी असिधाराव्रताचे पालन अगदी कडवेपणे, निष्ठेने चालू ठेवले होते. इकडे महाराजांचे अंतःकरण दुःखाने विव्हळले होते, "कशी बरे यांची सुटका करावी?" या विचारात महाराज गढले होते. औरंगजेब मारील किंवा बाटवीलही. तेव्हा हरप्रकारे काही अजब युक्ती काढून त्यांना सोडविलेच पाहिजे.

संभाजीराजांना सुखरूप आणावयाचे होते. तसेच पुरंदर येथे करावा लागलेला अपमानकारक तह त्यांच्यासमोर होताच. त्याचा बदला घ्यावयाचा होता. गमावलेले तर कमवायचे होते पण आणखीही कितीतरी गोष्टी करावयाच्या होत्या. पुरंदरचा अपमानकारक तह त्यांना फार डाचत होता. पुरंदर, सिंहगड, लोहगड, कर्नाळा, विसापूर इ. उत्तमोत्तम २३ किल्ले औरंगजेबाला द्यावे लागले होते. याचे शल्य महाराजांच्या मनात होतेच.

संभाजीराजे सुखरूप परत आले.

प्रथम महाराजांनी संभाजीराजांना दक्षिणेत सुखरूप आणविण्याचे ठरविले. मथुरेला पत्र लिहिले. काही हुशार माणसेही पाठविली आणि एके दिवशी कृष्णाजीपंत, काशीपंत इ. कुटुंबीय राजांना घेऊन निघाले, २० नोव्हेंबर १६६६ या दिवशी ते पोचले. केवढा मोठा आनंदीआनंद. कृष्णाजीपंत, विसाजीपंत व काशीपंत आणि त्यांच्या मातुःश्री! या सर्वांचाच महाराजांनी खूप आदर सत्कार केला. संभाजीराजांच्या मृत्यूच्या खोट्या बातमीबद्दल महाराज म्हणाले, "त्या उठावणीनें बादशहास गाफील व मुलाच्या शोधाविषयी निष्काळजी न बनवितो तरी धरपकडीच्या रस्त्याने दोन महिन्यांच्या अवधीत मुलगा पोहोचणे कठीण होते."

महाराजांनी टाकलेला डाव

हळूहळू आगऱ्याहून सर्व जण परतले. कवींद्र परमानंद आले. अन्यही परतले. पण महाराजांचे दोन प्राणसखे रघुनाथपंत कोरडे, त्र्यंबकपंत डबीर हे अजूनही यमयातना सहन करीत होते. पण त्यांचा निश्चय, निर्धार मात्र ढळला नव्हता. त्यांची सुटका घडविण्यासाठी नि स्वराज्यात 'नांदवूनि शांतता, फुलवूनी समृद्धता' अशी स्थिती निर्माण करण्यासाठी महाराजांनी एक डाव टाकला. रक्षण आणि पोषण ही तर प्रमुख राजकर्तव्ये आणि महाराज तर थोर विवेकी, राजकर्तव्यात सदैव अग्रेसर! महाराजांनी औरंगजेबाशी पूर्वी केलेला तह तसाच आणखी काही काळ पुढे चालू ठेवायचा असे ठरविले. उद्देश एकच की तेवढ्या वेळात ताजेतवाने होऊ, पूर्वीची हानी भरून निघेल. अमाप पीक येईल. समृद्धी होईल. पंतद्वय

सुटतील आणि मग आहेच परत घोड्यावर स्वार होणे, हातात खड्गादी शस्त्रे घेणे नि शत्रूवर तुटून पडणे, सगळा प्रदेश मुक्त करणे - असा विचार करून महाराजांनी औरंगजेबाला पत्र पाठविले. "मी आपलाच सेवक आहे. आपल्या सेवेस तत्पर आहे." पत्र पाहून औरंगजेब थक्कच झाला. त्याला वाटले होते की "हा शिवाजी आता प्रचंड बंड उभारणार!" पण पत्रात निराळेच होते. औरंगजेबाने पत्राला संमती दिली. महाराजांनी पंतांच्या मुक्ततेविषयीही लिहिले होते. औरंगजेबाने रघुनाथ पंत, त्र्यंबकपंत दोघांची मुक्तता केली (३ एप्रिल १६६७). या दोन पंतांचे आग्रा प्रकरणात फार भयंकर हाल झाले पण अत्यंत धैर्याचेच असे त्यांचे वर्तन राहिले. महाराजांना त्यांच्या भेटीने फारफार आनंद झाला.

पुढे औरंगजेबाने केलेले उत्तर हिंदुस्तानातील भयानक जुलूम महाराजांच्या कानावर आले. जुलूम, अत्याचार यांना तोड राहिली नाही. कळस झाला आणि सारा हिंदू एक असे मानणारे महाराज एकदम भडकले, त्यांना ते सहनच झाले नाही. दुष्टांना निषेधखलिते पाठवून काय उपयोग होणार? त्यांना निराळीच भाषा कळते. आता भवानी तलवारच पाहिजे. सूड, प्रतिशोध पाहिजे आणि महाराजांनी साद घातली. रणशिंगे फुंकली गेली. सैनिक सिद्ध झाले आणि एल्गार झाला. चौफेर वादळ सुटले. मावळी पायदळे, घोडदळ तुफान वेगात निघाली. फौजा निघाल्या. महाराज म्हणाले, दोन वर्षे शांतता होती. तेव्हा मनसबीवरच लष्कराचे पोट भरले. आता लढाईच्या काळात मोगलाई मुलूख मारून खावयास वाव झाला. महाराजांनी मोठी योजना आखली. ४ फेब्रुवारी १६७२ सिंहगड स्वराज्यात आला. जानेवारीत फौजा वऱ्हाडात घुसल्या होत्या. ३ मे रोजी लोहगड मुक्त झाला, जून १५ ला हिदोला, १६ ला माहुली, २२ ला कर्नाळा, २४ ला रोहिडा, भराभरा एकेक किल्ले स्वराज्यात दाखल होऊ लागले. मुळात औरंगजेबानेच हा तह मोडला होता. त्यामुळे तोही जोरदार तयारी करीत होता. पण मराठी झंझावात फारच भयंकर होता. महाराज अत्यंत सावधपणे यशस्वीपणे नवीन नवीन भूमी स्वतंत्र करीत होते आणि कुणालाही कल्पनाही नव्हती की लवकरच रायगडावर हिंदू सिंहासन निर्माण होण्याचा तो सोनेरी सोहळाही जवळ जवळ येत होता.

(आधार - शिवछपती भाग ७-८
छत्रपती शिवाजी महाराज - दि. वि. काळे)

□□

श्री शिवपराक्रम

मित्रहो, शिवाजीमहाराजांचे प्रमुख प्रमुख पराक्रम आता आपणास माहीत झालेले आहेतच. पण शिवचरित्र खूपच अफाट आहे. त्यात अशा काही गोष्टी अफाट आहेत की त्या अजूनही तितक्याशा सर्वश्रुत झालेल्या नाहीत. सर्वांच्या कानावर गेलेल्या नाहीत. वा इतर गोष्टींसारख्या त्या अजून सर्वांच्या पाठ झालेल्या नाहीत.

अशीच एक फारशी प्रसिद्ध नसलेली गोष्ट-

महाराजांचे आगऱ्याहून आल्यावर मग विजयांमागून विजय सुरू झाले. उगवणारा प्रत्येक दिवस विजयाचाच होता म्हणा ना! मागे एकदा महाराजांनी सुरतेवर हल्ला करून कोटी रुपये हिसकावून आणले होते, हे तुम्हास माहिती आहेच. पुन्हा ६-७ वर्षांनी महाराज सुरतेकडे वळले. या वेळी मुहूर्त छान होता. प्रत्यक्ष दिवाळीचा. सार्थ लक्ष्मीपूजन झाले. होन, मोहरा, हिरे, मोती, चांदी अशा उंची उंची वस्तूंनी महाराज स्वराज्यलक्ष्मीची पूजा बांधीत होते. काशगरचा तार्तर राजा एका सराइत उतरला होता. त्याच्याबरोबर सोन्याचा पलंग, पालखी, जडजवाहीर, चिक्कार पैसे होते. महाराजांनी याला साफ केले. महाराजांना औरंगजेबाच्या सुरतेतून प्रचंड प्रचंड धन मिळाले. दोन व्यापाऱ्यांजवळ तेरा लाख रुपये होते. हे पैसे त्यांच्या स्वतःच्या स्वार्थासाठीच नव्हते का? मग त्यांचा स्वराज्याच्या कामासाठी उपयोग नको व्हायला? महाराजांनी छापा घातला नि ते तेरा लाख रुपये स्वराज्याच्या कोशात जमा केले. औरंगजेबाच्या सैनिकांनी गेल्या ११ वर्षांत स्वराज्याचे अतोनात नुकसान केले होते. मग हे नुकसान राक्षसांकडून विनंत्या करून थोडेच परत मिळणार आहे? महाराजांनी औरंगजेबाच्या सुरतेवर छापा घालून २ कोटी रुपये हिसकावून आणले. शत्रूला असाच वचक बसवायचा असतो.

आणि महाराज लगेच बागलाणात म्हणजे सध्याच्या सटाणा तालुक्यात उतरले. तेवढ्यात सुरतेवरील छाप्याची खबर मोंगलांना लागलीच. बऱ्हाणपूर येथे त्यांचा दाऊदखान कुरेशी नावाचा सरदार होता. शूर, वीर, जहांबाज, क्रूर, धिप्पाड, महाराजांवर अतिशय जळफळणारा असाच होता तो. आला धावून तो त्वरेने!!

आता काय करणार? महाराजांजवळ २ कोटींचे ओझे होते नि पाठलाग तर जोरात चाललेला. पण महाराज थोडेच हिम्मत हरणार आहेत. महाराजांनी वणी-दिंडोरीच्या रस्त्याने रातोरात प्रस्थान ठेवले.

दाऊदचे गुप्तहेरही भलतेच तयार होते. त्यांना त्या मार्गाचीही अतिशय

चांगली माहिती होती. चांदवड नावाचे एक महत्त्वाचे गाव डोंगराळ भागात होते. तेव्हा कुठेना कुठे तरी चांदवडच्या डोंगरांची रांग महाराजांना ओलांडावीच लागेल हे दाऊदने ओळखले. नि तो लगेच चांदवडकडे निघाला.

महाराज नि महाराजांचे गुप्तहेर त्यांच्यापेक्षा सवाई होते. त्यांनी दाऊदचा कावा ओळखला. "बैल गेला नि झोपा केला." अशी महाराजांची स्थिती नव्हती काही! त्यामुळे त्यांनी सगळी सिद्धता केली. स्वत: लढावयालाही महाराज नेहमीच तयार असत. भीती हा शब्दच माहीत नव्हता त्यांना! महाराजांनी अगोदरच सगळी संपत्ती पुढे पाठवून दिली नि दहा सहस्त्र कडवे करोल सैनिक घेऊन ते सिद्ध होते. (कार्तिक शुद्ध त्रयोदशी १६-१०-१६७०)

महाराजांवर चालून आलेली मोंगली सेना नि तिचे अधिकारी सगळेच जण कसलेले योद्धे होते. त्यांच्याशी मराठ्यांची गाठ होती. पण मराठे काय कमी होते काय? मुळीही नाही. इकडे, दाऊदने इख्लासखानाला आघाडीवर पाठविले. इख्लास पहाटे महाराजांच्या सैन्यापाशी येऊन पोचला. उंच टेकडावरून पाहातो तो काय? दहा सहस्त्र कडवे मराठे लढाईच्या जय्यत सिद्धतेत उभे होते. म्हणजे, मोंगलांनी आपल्या वार्ता कितीही गुप्त ठेवल्या तरी महाराजांचे गुप्तहेर मोंगलांपेक्षा सवाई होते.

महाराज स्वत: बख्तर घुगी घालून दोन्ही हातांत पट्टे चढवून सज्ज झाले. सेनापती प्रतापराव गुजर, व्यंकोजीपंत, आनंदराव अशी खास खास मंडळी - वीर योद्धे महाराजांच्या बरोबर होतेच.

मोगल मनातून हादरलेच असतील. पण इख्लासखानाने मोठ्या त्वेषाने हल्ला चढवला. भयंकर युद्ध भडकले. इथून जवळच वणी-दिंडोरी होती. वणीची प्रख्यात श्री सप्तशृंगी भवानी - महाराजांवर तिचा पूर्ण कृपाहस्त, वरदहस्त होता.

चांगलीच धुमश्चक्री माजली. अहो, तो इख्लासखान कमालीचा कडवा लढवय्या होता. असा जबरदस्त की बस्स! अगदी हातघाईची लढाई झाली... असे रण कित्येक वर्षांत झाले नव्हते. मराठ्यांच्या सैन्यात जडपणा कधीच नसे. हत्ती तर नकोतच. कारण गनिमी कावा - हत्तीचे लोढणे नकोच... आणि त्या शूर मराठ्यांनी मोंगलांचा एक हत्तीच पळवून आणला.

आणि इकडे खास इख्लासखान घोड्यावरून खाली पडून जखमी झाला. वा, शाब्बास रे मराठी सैनिकांनो! दाऊदला हे ऐकून काय झाले असेल? त्याने त्वरित राय मकरंद आणि संग्रामखान घोरी ह्या सरदारांना साहाय्यासाठी पाठवले. दाऊदचे बुंदेली सैनिक मराठ्यांना भारी पडत होते. एवढ्यात संग्रामखान स्वत:

जखमी झाला... एवढ्यात त्या प्रचंड गर्दीत दाऊद घुसला. प्रथम त्याने इख्लासला बाहेर काढले. जवळजवळ सहा तास (२ प्रहर) युद्ध चालू होते. तीन हजार मोंगल ठार झाले. आणि मोगल खचले. धीर गळाला. आणि मोंगलांची त्रेधातिरपीट उडाली. त्यांचे सैन्य पांगू लागले. मोगली तोफखान्यावरचा दरोगा मीर अब्दुल मबुद... त्यास नि त्याच्या मुलाला मराठ्यांनी ठार केले. तोफखान्याचे निशाण नि घोडे मराठ्यांनी काबीज केले. शिवशाहीर बाबासाहेब म्हणतात, असे हे युद्ध अक्षशः दिवसभर चालू होते (१७ ऑक्टोबर १६७०). महाराजांना प्रचंड विजय मिळाला. महाराजांचे केवढे प्रचंड साहस हे! लूट आणि मोंगलांचे पाडाव केलेले घोडे घेऊन महाराज कुंजरगडावर गेले. तेथून रायगडावर गेले. कार्तिकी पौर्णिमेसारखे धवल यश मिळाले.

❑❑

शिवाजीमहाराजांवर आलेले गंडांतर

स्वराज्याचा विस्तार सर्व बाजूंनी सारखा वाढता होता. प्रत्येक गोष्टीची स्वराज्यात आवश्यकता होती आणि द्रव्याची जरुरी तर फारच होती. शिवाजी महाराज विचार करीत होते की पुष्कळशी दौलत स्वराज्याला मिळायला हवी. कोणता उपाय करावा बरे? निदान स्वराज्याच्या बाहेरील प्रदेशात आपले हेर तरी टेहळणीसाठी पाठवावे म्हणून महाराजांनी आपले काही खास हेर पाठवले. त्यात त्यांनी बहिर्जी नाईकाला राजगडापासून उत्तरेला पश्चिम किनाऱ्यावर असलेल्या भव्य, श्रीमंत अशा सुरत शहराची माहिती आणावयास सांगितले. बहिर्जी नाईकाने आपली कामगिरी अगदी चोख बजावली. आणि त्यानुसार महाराज कामगिरीवर निघाले. आणि हां हां म्हणता मोगलांच्या सर्व संकटांना तोंड देऊन सुरतेला पोचलेसुद्धा. सुरत शहर लुटावयाचे काम काही सोपे नव्हते आणि तरीही ती कामगिरी महाराजांनी आपल्या अंगावर घेतली होती. का, तर केवळ स्वराज्यासाठी. महाराजांचे साथीदारही अगदी जीवास जीव देऊन महाराजांना साथ देत होते आणि म्हणून स्वराज्याचे स्वप्न आकारास येत होते. त्यांनी आपल्या या मित्रांच्या साहाय्यानेच सुरत शहरावर हल्ला चढविला होता. महाराजांनी तर आपले तिथे तंबूच ठोकले होते. रोज नवी दौलत येऊन पडत होती आणि स्वराज्याला अपार अशी धनदौलत मिळत होती.

आणि त्याच वेळी सुरतेच्या सुभेदारचा वकील म्हणून एक तरुण सुरतेच्या किल्ल्यामधून बाहेर पडला. इनायतखानाने आपला हा 'खास' वकील महाराजांकडे

'मोठ्या कामगिरीवर' पाठवला. वकील महाराजांच्या छावणीत येऊन पोचला आणि तो महाराजांना म्हणाला की, इनायतखानाने (सुरतेच्या सुभेदाराने) आपल्यासाठी काही अटी सांगितल्या आहेत. महाराज म्हणाले, ''तुमचा सुभेदार असा बायकांसारखा किल्ल्यात बसून अटी सांगतो आहे. अटी घालायच्याच झाल्या, तर त्या खानाने न घालता आम्ही घालायच्या.'' मी महाराजांना विनंती करावयास आलो होतो असे म्हणत एका क्षणाच्या आत महाराजांजवळ येऊन त्या वकिलाने लपवून ठेवलेली कट्यार काढून एकदम महाराजांवर झडप घातली. कट्यारीचे टोक महाराजांच्या काळजावरच होते. पण इतक्यात विद्युत्वेगाने एका मराठा सैनिकाने त्या वकिलाचा तो कट्यार घेतलेला हात कलम केला आणि महाराजांचे प्राण वाचविले. महाराजांवरचा हा फार मोठा भयानक प्रसंग टळला.

महाराजांना या सुरतेच्या स्वारीत फार मोठी धनदौलत मिळाली. हा दिवस होता इंग्रजी तारखेप्रमाणे ६ जानेवारी १६६४ व मराठी महिन्याप्रमाणे पौष व. ४, शके १५८५. शिवाजीमहाराजांना या दौलतीचा स्वराज्यासाठी फार उपयोग झाला.

□□

शिवाजीमहाराजांनी इंग्रजांना धडा शिकविला

महाराजांनी इंग्रजांना अगदी पुरेपूर ओळखले होते. इंग्रजांचा एक डोळा तागडीवर आणि दुसरा सदैव राजकारणावर असे. त्यांना भूमीचे प्रेम फार, जास्तीत जास्त प्रदेश कबज्यात घ्यावा ही त्यांची मनीषा.

अफझलखान जेव्हा स्वराज्यावर चालून आला होता त्याच वेळी त्याची तीन जहाजे दाभोळ बंदरात नांगरून पडली होती. अफझलखानाच्या वधानंतर महाराजांचा एक साथी दोरोजी हा कोकणातल्या आदिलशाही प्रदेशावर तुटून पडला. तोपर्यंत ती जहाजे कोणीतरी राजापूरला आणली होती व त्यातील एक इंग्रजांनी सांभाळण्यास घेतले होते. इंग्रज अतिधूर्त! फायद्याच्या गोष्टी स्वीकारावयास अतितत्पर. दोरोजीला संशय आलाच. त्याने इंग्रजांकडे मागणी केली मुकाट्याने जहाजे आमच्या ताब्यात द्या.! इंग्रजांचा प्रमुख हेन्री रिव्हिंग्टन म्हणजे अत्यंत ढोंगी मनुष्य, महालबाड. दोरोजीला तो म्हणाला, ''आम्ही फक्त व्यापार करतो, कोणालाच कोणाच्या विरुद्ध मदत करत नाही.'' इंग्रजांची ही ढोंगबाजी पाहून दोरोजी अत्यंत संतापला. या नीचांना एकदा हिसका दाखविलाच पाहिजे, असे त्याने ठरविले. इंग्रजांच्या वखारीतला सर्व माल दोरोजीने ताब्यात घेतला. फिलिफ गीफर्ड नामक इंग्रजाला

पकडले व त्याला खारेपाटण येथे रवाना केले. मग मात्र इंग्रज बोलायला लागले. एकदम सरळ आले व त्यांनी पुन्हा महाराजांच्या वाटेस जाणार नाही असे वचन दिले.

पण शेवटी इंग्रज ते इंग्रजच. १६६० मार्च महिन्यात पन्हाळगडचा वेढा सुरू झाला. पस्तीस हजारांच्या प्रचंड फौजेसह सिद्दी जोहर वेढा घालून बसला होता. वेढ्यातून जोरदार मारा करता यावा यासाठी इंग्रजांकडे तोफा मागावयाचे ठरले व आपली ४०० माणसे जौहरने राजापूरला धाडली. आता मात्र हेन्री पेचात पडला. साधे अफझलखानाचे जहाज सांभाळायला घेतले तर आपल्या माणसाला महाराजांनी कैदखाना दाखवला. आता तोफा आणि दारूगोळा महाराजांच्या शत्रूला पुरविला तर शिवाजी काय करील याचा विचारच करणे अशक्य. पण हेन्रीच्या तोंडाला फार पाणी सुटले होते. त्याने विचार केला. 'एवीतेवी शिवाजी आता भयंकर संकटात सापडलाच आहे. आता त्याचा निश्चितच नाश होणार, मग जोहरला मदत करायला काय हरकत आहे?' आणि तो स्वत: निघाला. ती प्रचंड तोफ घेण्यात आली. इंग्रजांचे निशाणा फडकावीत पन्हाळ्याच्या वेढ्यात येऊन पोचली. ती तोफ नंतर डागण्यात आली. केवढा मोठा तो प्रचंड निनाद! गडावरून सारी माणसे पाहूला लागली. आणि समोर खाली पाहतात तो काय? इंग्रजांची तोफ, त्यांची माणसे आणि झेंडा.

विश्वासघात! इंग्रज म्हणजे मूर्तिमंत विश्वासघात. अवघ्या काही महिन्यांपूर्वी याच इंग्रजांनी महाराजांच्या शत्रूंना साह्य करणार नाही असे वचन दिले होते. ज्यांना दीड महिन्यापूर्वी दया दाखविली तेच उलटले. शेवटी साप तो सापच. दूध पाजले तरी विषच ओकणार. महाराज अत्यंत संतापले. पण आत्ता मात्र त्यांना काहीच करता येत नव्हते. पण तो राग त्यांनी आपल्या मस्तकात ठेवून दिला व एक दिवशी याचा जबरदस्त सूड घ्यायचाच असे ठरविले.

पुढे पन्हाळगडचा वेढा फोडून महाराज बाहेर पडले. पावन खिंडीचा प्रसंग झाला. महाराज विशाळगडावर पोचले. पुढे शाहिस्तेखानाचा एक महाबलाढ्य सरदार कार्तलबखान याचा मोड करण्यात आला. आणि एके दिवशी महाराज दक्षिण कोकणात उतरले. नवीन नवीन प्रदेश मुक्त होऊ लागले. नंतर महाराजांची संतप्त नजर राजापुराकडे वळली. पन्हाळ्यावर डागलेल्या इंग्रज तोफा ते विसरले नव्हते. सूड उगवल्याशिवाय महाराज कसे राहतील? निवडक ४००० सैन्य घेऊन महाराज राजापुरात उतरले. महाराजांनी तेथील सर्व प्रमुख व्यापाऱ्यांकडे खंडणीची मागणी केली तेव्हा त्यांनी खंडणी भरली. पण इंग्रज राजकारण लढवून

टाळाटाळ करू लागले. अर्थात महाराज अत्यंत संतप्त झाले. पन्हाळगडच्या वेढ्यातील इंग्रजांनी केलेला विश्वासघात महाराज विसरले नव्हते. ताबडतोब हेन्री रेव्हिंग्टन, टेलर, गीफर्ड, फेराँड, नेपियर, बर्नार्ड आदी इंग्रजांना मराठ्यांनी कैद केले. इंग्रजांची वखार खणून काढली. इंग्रजांची चोवीस हजार होनांची (सुमारे नव्वद हजार रुपयांची) संपत्ती जप्त करण्यात आली. आणि त्याव्यतिरिक्त इंग्रजांना कैद भोगावी लागली, ती निराळीच. हा सारा प्रसंग मार्च १६६१ मध्ये घडला. पुढे जानेवारी १६६३ पर्यंत हे इंग्रज कैदेतच होते. त्यातील काही कैदेतच मरण पावले. इंग्रजांनी आपली सुटका व्हावी म्हणून खूप विनंतीपत्रे पाठविली. पण महाराज त्यांना पुरेपूर ओळखून होते. त्यांना सतत धारेवरच धरले पाहिजे, हे त्यांनी जाणले. शेवटी २ फेब्रुवारी १६६३ ला इंग्रज कैद्यांची मुक्तता करण्यात आली. मात्र दुसऱ्याच्या देशात येऊन नको ते चाळे करण्याबद्दल त्यांना पूर्ण शासन करून मगच त्यांची मुक्तता करण्यात आली. इंग्रजांनी महाराजांना ओळखले. राज्याभिषेकप्रसंगी त्यांना मौल्यवान भेटी अर्पण केल्या.

□□

श्रीशिवाजीमहाराज आणि नेताजी सुभाषचंद्र बोस

छत्रपती श्रीशिवाजीमहाराज म्हणजे अखिल भारतीय व्यक्तिमत्त्व. भारतीय एकात्मतेचे अमर प्रतीक. केवळ महाराष्ट्रालाच नव्हे तर सर्वच प्रांतांना श्रीशिवाजीमहाराजांनी स्फूर्ती दिलेली आहे. सर्वच भारतीय भाषांमध्ये शिवरायांवर काव्ये आहेत, महाकाव्ये आहेत, तर शिवाजीमहाराजांपासून प्रेरणा घेणाऱ्यांमध्ये एक प्रमुख आहेत - नेताजी सुभाचंद्र बोस. कुठे महाराष्ट्र कुठे बंगाल, कुठे १६ शे साल नि कुठे १९ शे साल. पण शिवज्योत निघाली नि नेताजींच्या हृदयात प्रविष्ट झाली. त्या वेळी तर इंग्रजांचे राज्य नि इंग्रज शिक्षणखाते शिवाजीमहाराजांचा इतिहास शिकवत नसे आणि शिकवला तर खोटा आणि विकृत इतिहास शिकवीत. इंग्रजांनी असा प्रयत्न करूनही देशभक्तांना योग्य ती प्रेरणा मिळालीच हे विशेष होय.

सुभाषबाबूंवर शिवाजीमहाराजांचा मोठाच परिणाम झाला होता. प्रभाव पडला होता. सुभाषबाबू इंग्रजांच्या हातांवर तुरी देऊन पद्धतशीरपणे निसटले ह्या प्रसंगावर तर महाराजांचा फार मोठा प्रभाव पडलेला आहे. एकदा सुभाषबाबू आजारी पडले बरे झाले पण डॉक्टरांनी विश्रांतीचा सल्ला दिला तेव्हा सध्याच्या हिमाचल प्रदेशातील डलहौसी येथे ते श्री. विजयरत्न मुजुमदार ह्यांच्याकडे ते विश्रांतीसाठी आले.

मनात शिवाजीमहाराज हा विषय घोळत होता. तेव्हा त्यांनी विजयरत्न ह्यांना विचारले, बंगाली भाषेत शिवाजीमहाराजांवर पुस्तक आहे की नाही? विजयरत्न उत्तरले. हो, असे पुस्तक आहे पण इंग्रज शासनाने जप्त केलेले आहे. सुभाष जरा संतप्त होऊन म्हणाले "काय ह्या जप्तीविरुद्ध कोणी आंदोलन केले की नाही?" 'होय तसे आंदोलन झाले होते,' हे ऐकताच संतप्त झालेले सुभाष थोडे शांत झाले आणि म्हणाले, "लवकरच एक दिवस असा येईल की भारतीय लोकांना आपल्या स्वातंत्र्ययुद्धात श्रीशिवाजीमहाराजांचेच अनुकरण करावे लागेल. इंग्रजांना हाकलून देण्यासाठी आपल्याला महाराष्ट्राच्याच मार्गाने जावे लागेल." पण विजयरत्न जरा साशंकतेने म्हणाले, "अत्याचारी की अनत्याचारी? कोणत्या मार्गाने?" सुभाषबाबू म्हणाले, "तुम्हाला वाटेल त्या! मी माझे म्हणणे स्पष्ट केलेले आहे. शिवाजी, शिवाजी, शिवाजी! शिवाजी हाच आपला ध्रुवतारा, ध्येयवाक्य झाले पाहिजे. साहित्यिकांनी शिवाजीमहाराजांच्याच शिकवणुकीचा प्रचार केला पाहिजे..." (श्री. वि. श्री. जोशी)

सुभाषबाबू भारतातून निसटले ह्या गोष्टीमागे शिवरायांची कशी प्रेरणा होती पहा....

शिवरायांना दाढी होती. सुभाषबाबूंनीही दाढी वाढवली. शिवाजीमहाराज आगऱ्यात स्थानबद्ध होते. सुभाषबाबूंनीही आपल्याला स्वगृहात कोंडून घेतले होते. महाराजांच्या निवासस्थानाभोवती फुलादखानचे पहारे होते, सुभाषबाबूंच्या घराभोवती गुप्तहेरांचा पहारा होताच. तरीही महाराज निसटलेच आणि सुभाषबाबूही निसटले. महाराजांनी संन्याशाचा व बैराग्याचा वेष धारण केला तर सुभाषबाबूंनी मुस्लिम (संन्याशाचा) बैराग्याचा म्हणजेच मौलवीचा वेष धारण केला. महाराज आगऱ्याहून प्रथम मथुरेला गेले नि तेथून दक्षिणेकडे वळले, सुभाषबाबू प्रथम कोलकता स्थानकावर गेले नाहीत तर प्रथम दमोह नामक स्थानकावर गेले. (वि. के. फडके) नि तेथून अफगाणिस्तानच्या मार्गाला लागले. दोघेही निसटून जाण्यात यशस्वी ठरले.

हे म्हणण्याचे कारण की सुभाषबाबूंचेच उद्‌गार आहेत "आगऱ्याहून सुटका म्हणजे ठोशास ठोसा होता, पिशाच्चाला फसवायचे होते नि ते फसवलेही गेले." थोडक्यात आगऱ्याहून सुटका ह्या शिवचरित्रातील प्रसंगाने सुभाषबाबू अतिशय प्रभावीत झालेले होते.

□□

श्रीशिवाजीमहाराज आणि स्त्री सन्मान

एखाद्या समाजाची स्त्रीकडे पाहण्याची दृष्टी त्या समाजाची सुसंस्कृतता वा हीनता, असंस्कृतता दाखवीत असतात. स्त्रीविषयक अत्यंत उदार, मानसन्मानाचा, आदराचा दृष्टिकोन फार महत्त्वाचा आहे नि हिंदूंनी तो आपल्या हृदयात वर्षानुवर्षे शतकानुशतकें, पिढ्यानपिढ्या जोपासलेला आहे. अगदी प्राचीन काळापासून आतापर्यंत शेकड्यांनी उदाहरणे दाखविता येतील.

मनुमहर्षींचे एक अवतरण उद्धृत करावेसे वाटते. ते वचन असे–

यत्र नार्यस्तु पूज्यन्ते रमन्ते तत्र देवता:।
यत्रैतास्तु न पूज्यन्ते सर्वास्तत्राफला: क्रिया:।।

(जेथे स्त्रियांचा सन्मान, मान, आदर केला जातो तेथे देवता रमतात. जेथे स्त्रियांचा मानसन्मान ठेवला जात नाही तेथे सर्व क्रिया निष्फळ ठरतात.)

वरील वचन अगदी खरे आहे. ज्या प्रदेशात स्त्रियांचे जीवन सुरक्षित नाही. जिथे स्त्रिजीवनाची विटंबना होते तो प्रदेश मागासलेला समजावा, हीन समजावा, मनुष्यत्व तेथे नाहीच, असे समजावे. भारतीय संस्कृतीची अशी धारणा आहे की स्त्री ही माता आहे. स्त्री ही देवता आहे.

'पराविया नारी रुक्मिणीसमान।'

असे श्रीतुकाराम महाराजांनी म्हटलेले आहे. श्रीशिवाजी महाराजांची स्त्रीविषयक नीती अशीच अगदी उच्च भारतीय संस्कृतीला पूर्ण साजेशी आहे. अत एव आपल्याला अत्यंत अभिमानास्पद अशी आहे.

स्त्रियांचा कधीही अपमान होता कामा नये. त्यांची विटंबना होऊ नये, त्यांना अवमानित जिणे जगावे लागू नये ही महाराजांची आत्यंतिक इच्छा होती. नुसती इच्छा नाही, त्यांनी तसे प्रयत्न केले. नुसते प्रयत्न नाहीत तर यशस्वी प्रयत्न! त्यामुळेच शिवराज्यात स्त्रीजीवन सुखी होते, निर्भय होते. गुंडांना विलक्षण धाक होता. कोणीही नीचाने उठावे नि स्त्रियांचा अपमान करावा ही गोष्ट शिवराज्यात घडणे आता अशक्य होते. खरोखरच शिवाजीमहाराजांच्या वेळचा स्त्रीसन्मान पाहिला की मन अभिमानाने, आनंदाने, कृतज्ञतेने भरून येते नि उलट आज तीनशे वर्षांनंतर तथाकथित पुरोगामी काळात, स्त्रीजातीचा असन्मान, अपमान पाहिला की मन अत्यंत खिन्न होते. वाटते आम्ही खरी प्रगती कधी करणार?

शिवाजीराजे त्या वेळी अगदी छोटे होते. अजून त्यांना १५ वर्षे पूर्ण झाली नव्हती. पोरवयाचे शिवबा विवेकाच्या बाबतीत अगदी थोर होते. रांझे नावाच्या

गावातील बाबाजी बिन भिकाजी या एका प्रमुख अधिकाऱ्याने एका विधवा स्त्रीवर बदअम्मल केल्याची वार्ता शिवबाने ऐकली, मात्र शिवबा एकदम संतप्त झाला. परस्त्री ही रुक्मिणीसमान, मातेसमान ही तर राजांची नीती! असल्या गोष्टीकडे डोळेझाक करायला ते थोडेच तथाकथित विशाल तत्त्वज्ञानाचे होते. राजांनी बाबाजीला धरून आणले. त्याच्या अपराधाची चौकशी करण्यात आली नि अपराध सिद्ध होताच त्याचे दोन हात कोपरापासून नि दोन पाय ढोपरापासून तोडून टाकण्याची आज्ञा झाली. त्याचे पिढीजात वतन जप्त करण्यात आले.

चंद्रराव मोरे आणि शिवाजीराजे यांच्यात वितुष्ट निर्माण व्हावयास जी कारणे निर्माण झाली त्यातील एक कारण 'स्त्रीचा अपमान' हे होते. रंगो त्रिमल नामक एका माणसाने असेच एक पाप केले. आणि रंगोबा घाबरला. शिवाजीराजे असल्या अपराधांना किती भयंकर शिक्षा देतात, हे सर्वश्रुत होते. म्हणूनच रंगोबा घाबरला नि पळत सुटला तो थेट जावळीच्या अरण्यात चंद्रराव मोऱ्याच्या पाठीशी! चंद्ररावाने आपल्या स्वराज्यातील अपराध्याला पाठीशी घातले ही गोष्ट महाराजांना आवडली नाही. महाराजांनी तो राग मनात ठेवला.

कल्याणच्या सुभेदाराच्या सुनेची गोष्ट ही एक आख्यायिका असावी, असा अभ्यासकांचा तर्क आहे. आपणही क्षणभर ती आख्यायिका असावी असे गृहीत धरू. पण आख्यायिका तरी का निर्माण झाली? कारण श्रीशिवाजी महाराजांचे चारित्र्य अत्यंत उज्ज्वल होते म्हणूनच अशी आख्यायिका निर्माण झाली. उलट लखनौचे नबाब पाहा! त्यांच्याही बाबतीत खूप आख्यायिका प्रचलित आहेत! मुख्यत: त्या आख्ययिका शृंगारिक आहेत! का? कारण ते नबाब शृंगारिक रंगले होते. म्हणून आख्यायिकाही तशाच निर्माण झाल्या, असो.

"अशीच आमुची आई असती सुंदर रूपवती" हे गीत मात्र फारच सुंदर आहे. प्रत्येकाने हे शिवगीत जाणून घ्यावे.

शिवाजी महाराजांकडून नि त्यांच्या सैनिकांकडून स्त्रियांना कदापिही त्रास झाला नाही. महाराजांचा कट्टर द्वेष्टा खाफीखान हाही महाराजांच्या धवल चारित्र्याची ग्वाही देतो, निश्चित देतो.

कर्नाटक स्वारीतला एक प्रसंगही अगदी लक्षणीय आहे. महाराज कर्नाटकातून परतत असता सावित्रीबाई नामक एका देसाईणीने महाराजांच्या सैन्यातील सामानाचे काही उंट, बैल पळवून नेले. ती देसाईण खूप शूर होती. पण महाराजांच्या सैनिकांपुढे तिचे शौर्य फिक्केच होते. तिला पकडून महाराजांपुढे नेण्यात आले. महाराजांनी तिचा सन्मान केला, तिला मुक्त केले ही गोष्ट आपण आजही पाहू

शकतो. यादवाड गावात शनीच्या मारुतीच्या मंदिरात एक सुंदर शिल्प आहे. महाराज सिंहासनावर बसलेले आहेत, त्यांच्या मांडीवर एक मूल आहे नि एक स्त्री (सावित्रीबाई) त्यांना दुधाचा पेला देत आहे. तिने आपले मूल महाराजांच्या पदरात घातले आहे. महाराजांच्या उज्ज्वल चारित्र्यावर असीम प्रसन्न होऊन तिने अशी अनेक शिल्पे त्या प्रांतात कोरलेली होती.

म्हणूनच म्हणतो, जसे प्रभू रामचंद्र, जसे भगवान श्रीकृष्ण तसेच छत्रपती श्रीशिवाजीमहाराज आमचे परम स्फूर्तिदाते आहेत. थोडा बदल करून म्हणूया – स्फूर्ती देतिल हेच आमुचे, रामकृष्ण शिवराय!

❑❑

चतुर शिवाजीमहाराज

श्रीशिवाजीमहाराजांच्या चातुर्याला आणि धैर्याला तोड नाही बघा! महाराजांना कोल्हापूर, फोंडा नि कारवार हा प्रदेश जिंकून स्वराज्यात समाविष्ट करावयाचा होता. पण चांगल्या कार्याला अडथळे फार. महाराजांची निघण्याची सर्व सिद्धता झाली होती, तेवढ्यात एकाने अपशकुन केलाच! एकाने म्हणजे बहाद्दरखानानें, तो स्वराज्यावर चालून येण्याची स्वप्ने रंगवीत होता नि तशी सिद्धताही करीत होता.

"महाराज! बहादूरखान कोकलताश खूप मोठी चढाई आपल्यावर करू पाहातोय. लवकरच तो पेडगावाहून निघणार." गुप्तहेराने एकांतात ही अतिमहत्त्वाची बातमी महाराजांना रुजू केली. महाराजांचे गुप्तहेर खाते फारच तीक्ष्ण कानाचे होते. त्याच्यापासून काही लपवून ठेवणे ही केवळ अशक्य गोष्ट! बातमी ऐकली, आता काय करावे! कारवारवर चालून जाणे तरी अगदी आवश्यक होते. महाराजांचा तो निर्धारच होता, पण? ह्या बहादूरशहा कोकलताश ह्याचे काय करावयाचे?

श्रीसमर्थ रामदास स्वामींनी म्हटले आहे ना-

शक्तियुक्ति जये ठाई । तेथे श्रीमंत नांदती।।

महाराजांना एक सुंदर युक्ती सुचली. अशी युक्ती सुचायला फार तेज असं डोकं हवं! एकदम त्यांनी बहादूरखानाकडे निरोप पाठविला.

"खानसाहेब, मी आपल्याशी तह करायला तयार आहे" हा निरोप ऐकून खान चकितच झाला. "हा शिवाजी आणि माझ्याशी तह करायला तयार?" काय म्हणताहेत तुमचे राजे शिवाजीमहाराज. वकिलाने झटकन् सांगितले 'आमचे महाराज शहेनशहा औरंगजेबाला शरण आहेत. एवढेच नव्हे तर आपले सतरा

किल्ले बादशहाच्या स्वाधीन करायला सिद्ध आहेत. फक्त विनंती अशी आहे की भीमा नदीच्या दक्षिणेकडील प्रदेश आमच्याकडे रहावा.' हे ऐकून खान हुरळूनच गेला. शिवाजी राजा आणि तहास तयार! स्वत: होऊन शिवाजीने मोगलापुढे हात टेकले! उत्तम झाले. नाही तरी त्या भयंकर माणसाशी आपल्याला शत्रूत्व नकोच होते. खान मनातल्या मनात इमारती बांधू लागला. त्याने ताबडतोब महाराजांचा अर्ज औरंगजेबाकडे पाठविला. कारण बादशहाची संमती हवी ना. आता तो जुना काळ! वाहतुकीची साधने त्या काळाच्या मानाने असणार! म्हणजे महाराजांचा अर्ज औरंगजेबाकडे पोचणार, त्या अर्जाला त्याची मंजुरी मिळणार आणि ते मंजुरीचे पत्र दक्षिणेत येणार! म्हणजे तीन महिने हवेतच. तोवर मोगल आघाडी थंड राहणार होती नि महाराजांची कोल्हापूर, फोंडा नि कारवार मोहीम निर्वेधपणे पार पडणार होती. एका दगडात दोन पक्षी मारले जाणार होते. बहादूरखान कोकलताश तोवर गप्प बसणार होता नि विजापूरकर आदिलशहाही महाराज नि मोगल ह्यांच्या तथाकथित मैत्रीमुळे हादरून जाणार होता.

महाराजांच्या तुफानी हल्ल्यापुढे फोंड्याचे काही चालले नाही. मग अंकोला, शिवेश्वर, काद्रा आणि कारवार येथील शाही सत्तेचे काय चालणार? सर्व भाग स्वराज्यांत समाविष्ट झाला. कारवार जिंकण्याची फार दिवसांची इच्छा पूर्ण झाली. महाराज हा अपूर्व विजय मिळवून रायगडला परत आले नि तिकडून औरंगजेबाचेही पत्र आलेलेच होते. औरंगजेब तर भलताच खूष झाला. काय पण शिवाजी आपल्यापुढे नरम आलाय! अशा सुखद गुदगुल्या त्याला झाल्या. त्याने बहादूरखानाला पारितोषिक दिले. एक हत्ती भेट दिला नि महाराजांच्या नावाने कृपेचे पत्रही पाठविले. बहादूरशहा इतका खूष झाला की नाही! जिंकली! त्याला सारखी स्वत:बद्दल धन्यता वाटत होती. त्यालाही सुखस्वप्ने पडत होती. पण अरेरे! कसलं काय नि कसलं काय? महाराजांनी सरळ त्या दूताला विचारले, "असा कोणत्या पराक्रमांचा दबाव तुमच्या खानसाहेबांनी आणला आहे म्हणून आम्ही तुमच्याशी असला तह करावा? आत्ताच्या आत्ता तुम्ही येथून निघून जा!" राजदूताने हा सारा प्रकार खानाच्या कानावर घातला. खानाचा चेहरा अगदी पाहाण्यासारखा झाला. त्याची भलतीच फजिती झाली! अगदी पारावार उरला नाही. त्याची चर्या म्हणजे विनोदाचे भांडवलच झाले. मात्र एकदा त्याला त्या दुष्ट मराठ्यांनी पेडगावला ठकविले नि त्याला पेडगावचा शहाणा बनविले अन् आज त्याच्यावर मूर्खाचा बादशहा बनण्याची पाळी आली होती. चांगली मिजास उतरवली गेली! शक्तियुक्ति जये ठायी तेथें श्रीमंत नांदती!

❑ ❑

श्रीशिवरायांचे जयसिंहास पत्र

श्रीशिवाजीमहाराज आणि मिर्झा राजा जयसिंह यांची भेट १२ जून १६६५ ला पुरंदरच्या पायथ्याशी झाली. वास्तविक राजा जयसिंह केवढा प्रचंड मनुष्य, ४५ वर्षांचा प्रदीर्घ युद्धानुभव, अत्यंत शूर, नाते तर प्रभू श्री रामचंद्राशी... पण आत्मविस्मृत होऊन औरंगजेबाच्या पदरी नोकरी पत्करून प्रभू रामचंद्रांच्याच वंशजावर; श्रीशिवाजीराजांवर, चालून आला. एक हिंदू दुसऱ्या हिंदूला बुडवायला आला. दुर्दैव आपल्या हिंदू समाजाचे! आजही तीच स्थिती तशीच चालू आहे! परक्यांना सामील होऊन या देशातील हिंदू समाज कधी एकदा नष्ट होईल एवढी एकच काळजी इथल्या काही नतद्रष्ट हिंदूंना लागलेली आहे; पण अंतिम विजय शिवाजीमहाराजांचा असतो हे निश्चित.

शिवाजीमहाराजांना याचेच मनस्वी दुःख तेव्हा होते की एका सर्वभक्षक मुलसमानाच्या दुष्ट विजयासाठी एक हिंदू मनुष्य दुसऱ्या हिंदूचा नाश करू पाहात आहे, त्याचा विद्ध्वंस, उच्छेद करू पाहात आहे... तेव्हा शहाण्याला शब्दाचा मार म्हणून महाराजांनी जयसिंहाला एक पत्र लिहिले. ते अत्यंत नावाजले. विशेष म्हणजे प. पू. डॉ. हेडगेवार यांच्या संघशिक्षा वर्गातील एक विस्तृत बौद्धिक वर्ग खास या पत्रावर आधारलेला आहे. आजही प. पू. डॉक्टर नि प. पू. श्री. गुरुजी यांच्या तोंडून हा बौद्धिक वर्ग ऐकलेले सहस्त्रो स्वयंसेवक मिळतील. डॉक्टर, गुरुजींनी ह्या विषयावर बोलावे यातच या पत्राचे महत्त्व कळते.

महाराज जयसिंहाला अत्यंत कळकळीने लिहितात, 'हे श्रेष्ठ सरदार, मजवर हल्ला करण्यासाठी तू आलेला आहेस; पण तुझ्या या कृत्याने देशावर नि धर्मावर मोठी आपत्ती ओढवलेली आहे. आपण या वेळी हिंदू, हिंदुस्थान आणि हिंदू धर्म यांच्या संरक्षणार्थ फार जोराने प्रयत्न केले पाहिजेत. हे सरदारा, बाबरवंशाची राज्यलक्ष्मी तुझ्यामुळे अधिक प्रबळ झालेली आहे. हिंदूचे हृदय नि नेत्र ह्यांच्या रक्ताने तू यशस्वी होऊ पाहात आहेस; पण याने तुझ्या तोंडाला काळोखी फासली जात आहे. जर तू आपणहून दक्षिण प्रदेश जिंकण्यास आला असतास तर मी तुला ही भूमी जिंकून दिली असती; पण सज्जनांना फसविणाऱ्या औरंगजेबाच्या थापांना भुलून तू इकडे आला आहेस. हिंदू लोकांत कोणी बलशाली राहू नये आणि सिंहांनी आपसात लढून घायाळ नि श्रान्त व्हावे आणि गिधाडांना जंगलाचे सामर्थ्य व्हावे ही औरंगजेबाची इच्छा तुझ्या ध्यानात कशी येत नाही? आम्हा लोकांशी युद्ध करून हिंदूचे शिर

धुळीस मिळविण्याचे काम तू करू नये. जर तुझ्या तीक्ष्ण तलवारीत पाणी असेल तर हिंदूधर्माच्या शत्रूंवर हल्ला करून यवनांचे जड मूळ खोडून टाक. तू या नीच औरंगजेबाच्या कृपेचा काय अभिमान धरतोस? मर्दपणाची चाड असेल तर तू आपल्या जन्मभूमीच्या संतापात आपली तलवार तापव आणि अत्याचाराच्या दुःखाने पाडणाऱ्या आसवांनी तिला पाणी दे. हा प्रसंग आम्ही लोकांनी आपसात लढण्याचा नाही. कारण हिंदूलोकांवर या वेळी मोठे कठीण कार्य येऊन पडले आहे. आमची पोरेबाळे, देश, धन, देव आणि पवित्र देवपूजक या सर्वांवर त्याच्यामुळे पराकाष्ठेचे दुःख कोसळले आहे. अशाने हिंदूलोकांचे चिन्ह पृथ्वीवर राहाणार नाही. मूठभर यवनांनी आमच्या एवढ्या देशावर प्रभुत्व गाजवावे, ही मोठ्या आश्चर्याची गोष्ट आहे. तुर्कांचा जबाब तुर्कीतच दिला पाहिजे. तुम्ही (रजपुतांनी) उठावणी करून या सर्पाचे डोके ठेचा. मी दक्षिण प्रान्तात दोन्ही बादशहांना जिंकतो. मेघासारखी गर्जना करणाऱ्या सैन्यानिशी यवनांवर तरवारीचा पाऊस पाडीन आणि दक्षिण देशाच्या पटावरून त्यांचे नाव पुसून टाकीन.' (किंवा आपण वाचा - पुण्यश्लोक छत्रपती शिवाजी बाळशास्त्री हरदास, वा. सी. बेंद्रे. श्री शिवाजीमहाराजांचे जयसिंहास पत्र - नागपूर कार्यालय इ.)

❑❑

श्रीशिवाजी मंदिर

मंदिर हे देवतेचंच, फार तर देवसदृश संतांचं असतं. व्यक्तीचं मंदिर वा व्यक्तीची आरती कधी नसते. तो मान केवळ देवतांचा वा संतांचा! पण साऱ्या हिंदुस्थानला परचक्रापासून वाचविणारे श्री शिवकल्याण राजा वा जाणता राजा वा श्रीमंत योगी असे जे छत्रपती श्री शिवराय- ह्यांना मात्र जनता देवतास्वरूपच मानते. त्यामुळे आधुनिक काळात तर श्री शिवाजीमंदिरे आहेतच पण महाराजांच्या हयातीतच असे मंदिर वा मूर्ती निर्माण झाली होती. प्रख्यात अभ्यासक, पर्यटक प्रा. प्र. के. घाणेकर म्हणतात 'प्रत्येकाने मालवणचा सिंधुदुर्ग पाहिलाच पाहिजे. अगदी आवर्जून.' (कोकणातील पर्यटन, स्नेहल प्रकाशन, पुणे ३०) तर कोकणचा कारभार पहायला म्हणजे समुद्रावर स्वामित्व हवं. वलंदेज, फरांसिस, अंग्रेज, सिद्दी अन् चाचे यांच्याशी मुकाबला करायचा तर प्रबळ नौदल (आरमार) हवे. आरमाराला सुरक्षित छावणी करण्यासाठी खाड्यांच्या तोंडाशी बंदरे हवेत अन् बंदरांच्या राखणीसाठी बलाढ्य सागरी दुर्गही हवेत. आरमार म्हणजे स्वतंत्र राज्यांगच आहे...

आणि मग शिवाजीमहाराजांनी मालवणच्या समुद्रात कुरटें बेटावर एक बुलंद किल्ला वसवायचा असे ठरविले. मार्गशीर्ष बहुल द्वितीया शके १५८६ (२५ नोव्हेंबर १६६४) या दिवशी भूमिपूजन झाले नि चैत्र शुद्ध पौर्णिमा शके १५८९ श्री हनुमान जयंती म्हणजे २९ मार्च १६६७ या दिवशी सिंधुदुर्गाचे बांधकाम पूर्ण झाले.

शिवरायांच्या रूपानं मराठी मुलखात मराठ्यांचं राज्य आलं. न्याय-नीति-धर्म यांना चांगले दिवस आले. कोकणाच्या स्त्रिया बिनघोर हिंडू लागल्या. हा सारा प्रताप तेजबुद्धीच्या शिवरायांचा! त्यांना मानणाऱ्या मावळे, कोळी, तांडेलांचा! त्यांनी दर्याला पालाण घातलं.

सिंधुदुर्गात प्रवेश केला की समोरच श्री जरीमरीचं मंदिर आहे. जरीमरी ही लेकुरवाळ्या सवाष्ण स्त्रियांची देवी. जरीमरीच्या देवळाकडे पाठ करून महाद्वाराकडे पाहिले, की डाव्या हाताला पहिल्याच बुरुजाशी दोन घुमट्या दिसतात. वरच्या घुमटीत शिवाजीमहाराजांच्या उजव्या हाताचा तर खालच्या घुमटीत डाव्या पायाचा ठसा चुन्याच्या लादीवर उमटलेला आहे. किल्ल्याच्या तटाचे या बाजूचे काम चालू असताना शिवराय इथें आले. त्यांचे हे ठसे इथल्या ओल्या चुन्याच्या कामावर उठले. ते थापी फिरवून सपाट न करतां एका कल्पक गवंड्याने (बहुदा राणोजी शिंदे यांनी) ते तसेच वाळू दिले. नंतर त्यावर या घुमट्या उभारल्या. शिवच्छत्र - हातापायांचे ठसे या प्रकारचे एकमेव आहेत. अन्य कोठेही हे असे ठसे नाहीत.

जलदुर्गाच्या मध्यवर्ती भागी शिवरायांचे धाकटे पुत्र श्री राजाराममहाराज यांनी आपल्या वडिलांच्या स्मरणार्थ त्यांची प्रतिमा स्थापन केलेलं श्रीशिवराजेश्वराचं मंदिर पाहूया. मूळ मंदिर १५ मी. लांब नि ७ मी. रुंद आहे. शिवप्रतिमा नावाड्याच्या वेषात आहे. भरघोस मिशा असणारी पण बिनदाढीची ही आगळी शिवप्रतिमा आहे. वीरासनातील या शिल्पमूर्तीचे दोन्ही पायांचे तळवे एकमेकांकडे केलेले, उजवा हात उजव्या मांडीवर तर डावा हात डाव्या गुडघ्यावर ठेवलेला आहे. गळ्यात कंठा, डाव्या दंडांत आणि दोन्ही मनगटांमध्यें कडीं, पायांत वाळे अथवा तोडे, कमरेला मेखला तर छातीवर रुळणारे यज्ञोपवीत कोरलेलें आहे. मूर्तीमागील प्रभावळींत उजवीकडे सूर्य तर डावीकडे चंद्रकोर आहे. मूर्तीच्या दोन्ही बाजूंना मोर्चेल आहेत. डोक्यावर नावाड्याच्या टोपीसारखें शिरस्त्राण तर कमरेला तुमान आहे. प्रा. प्र. के. घाणेकर म्हणतात त्याप्रमाणें राज्याभिषेकानंतर ११ दिवसांत जिजाऊसाहेब निजधामास गेल्या. त्यानंतर महाराजांनीं कदाचित दाढी

काढूनही टाकली असेल. आणि त्यावेळीं ७-८ वर्षांच्या असलेल्या बाल राजारामांच्या मनात त्यांची तशीच प्रतिमा ठसली असेल. म्हणून त्यांनीं महाराजांची तशीच प्रतिमा कोरून घेतली असेल. पायांतील तोडे, गळ्यांतील जानवें, डावी-उजवीकडे चंद्र-सूर्य ही अभिषिक्त महाराजांचीं चिन्हेच आहेत.

मूर्तीची पूजाअर्चा श्री. संपकाळ घराण्याकडे आहे. प्रतिदिन पूजेनंतर मूर्तीस मुखवटा चढवतात. एक मुखवटा सोन्याचा नि दुसरा चांदीचा आहे. मूर्तीजवळच एक तलवार म्यानासह ठेवलेली आहे. या म्यानावर एका बाजूला उड्डाण करणारा मारुति नि दुसऱ्या बाजूला गरुड कोरलेला आहे. मंदिराच्या गाभाऱ्याबाहेर डाव्या हाताला मारुती, गणपती, देवी आणि पाटगावच्या मौनीमहाराजांची बसलेल्या अवस्थेतील प्रतिमा आहे तर उजव्या हातास रामदास पादुका आहेत. मंदिरासमोर सुबकसं तुळशी वृंदावन आहे.

❑ ❑

प्रभाव श्रीशिवरायांचा

श्री शिवाजी महाराजांच्या कथा रोमांचक तर आहेतच पण महाराजांचा प्रभाव ज्यांच्यावर पडला त्यांच्याही कथा मोठ्या रोमांचकारी आहेत. क्रांतिकारकांचे सेनापती वीर चन्द्रशेखर आझाद म्हणजे क्रांतिकारकांचे मुकुटमणी होत. त्यांची भव्य शरीरयष्टी, व्यक्तित्व असे काही विलक्षण की पाहणारा थक्क व्हावा.

क्रांतिमार्गानेच स्वातंत्र्यप्राप्तीचा प्रयत्न करण्यासाठी या निधड्या छातीच्या वीराने ८ सप्टेंबर १९२८ या दिवशी 'हिंदुस्थान सोशॅलिस्टिक रिपब्लिकन आर्मी'ची स्थापना केली. चंद्रशेखर आझाद हे अत्यंत कुशल संघटक म्हणून प्रसिद्ध होते. शरीराने अत्यंत बलदंड असणारे चंद्रशेखर मनाने मात्र भावनाशील असत यावर कोणाचा विश्वास बसू शकेल काय?

एकदा सर्व क्रांतिकारक मित्रमंडळींचा आगगाडीने प्रवास चालू होता. गप्पा ऐन रंगात आल्या होत्या. शिवराम हरी राजगुरू बाहेरील प्रदेशाचे निरीक्षण करीत होते. मध्येच ते म्हणाले, "अरे किती छान आहे हा प्रदेश! अगदी गनिमी काव्याची लढाई खेळायला तर फार उत्तम आहे ही जागा. छत्रपती शिवाजी महाराजांची आठवण होते, हे सारे पाहून!" तेवढ्यात चंद्रशेखर एकदम म्हणाले, "कसला शिवाजी नि कसलं काय? काही अर्थ नाही. कसला शिवाजी नि कसला गनिमी कावा! हे सगळं कालबाह्य आहे, आता याचा काहीही उपयोग नाही. आता शिवाजीचं नावही नको... चर्चा नको..."

लवकरच प्रवास संपला. सगळे क्रांतिकारक मित्र नियोजित स्थानी नियोजित खोलीवर आले. आणि ... आणि एकदम चंद्रशेखरांच्या डोळ्यांतून घळघळा अश्रू ओघळू लागले. चंद्रशेखरांच्या आणि डोळ्यात अश्रू? केवळ अशक्य! अहो, लहानपणी निदर्शनांत भाग घेतला म्हणून फटक्यांची क्रूर शिक्षा झाली पण त्या कठोर फटक्यांनीसुद्धा डोळ्यातून पाणी आलं नाही आणि इथे तर काहीही कारण नसताना डोळ्यांत अश्रू? सगळी मित्रमंडळी गडबडूनच गेली. अतर्क्य घटना... असं होणं नाही. सगळेजण भोवती जमा झाले. सगळ्यांच्या चेहऱ्यावरचे हावभाव, चेहऱ्यांवरची प्रश्नचिन्हं बघून... चंद्रशेखरच बोलू लागले,

"मित्रा राजगुरू, मला क्षमा कर, अगदी क्षमा कर..."

सगळेच जण स्तंभित झाले होते. राजगुरूंना तर काय झालंय, हेच कळेना! क्षमा मागण्यासारखं काहीच घडलं नव्हतं! चंद्रशेखर मुळातच चुका करणार नाही, तर क्षमा कसली?

"अरे मित्रा, आम्ही कोण क्षमा करणार? पण क्षमा मागण्यासारखं झालंय तरी काय? काहीच घडलेलं नाही..."

सद्‌गदित असे चंद्रशेखर म्हणाले, "राजगुरू, मघाशी मी तुला जे बोललो ना, ते काही हृदयातून आले नव्हते. केवळ निरुपायानेच मला तसे बोलावे लागले. अरे, शिवाजी महाराजांचं स्मरण बरोबरच होतं, गनिमी काव्याला ती जागा, तो प्रदेश योग्यच होता. अगदी छान. इंग्रजांना सळो की पळो करून सोडता येईल... पण, अरे, तुमचं लक्ष होतं का? आपल्या पलीकडे जो मनुष्य बसला होता ना, तो बाहेर पाहण्याचं नाटक करीत होता, त्याचं आपल्या सर्वांच्या बोलण्याकडे बारीक लक्ष होतं. अरे, तो खतरनाक गुप्तहेर होता... त्याला आपला संशय येण्याच्या आत मी विषय बदलला. त्याला अजिबात शंका येऊ नये म्हणून मी शिवाजीमहाराजांवर टीका केली, गनिमी काव्याची निंदा केली, फार कठोर बोललो मी! त्या गुप्तहेराचं दुर्लक्ष व्हावं म्हणूनच मी ही अनाठायी, अयोग्य टीका केली. त्या गुप्तहेराचं दुर्लक्ष झालं, मी निश्चिंत झालो पण हे सारं करण्यासाठी त्या श्रेष्ठ राजावर, त्या श्रेष्ठ देशभक्तावर, त्या आदर्श राष्ट्रपुरुषावर, त्या थोर क्रांतिकारकावर मला टीका करावी लागली... अरेरे, केवढं पातक मला लागलं! महाराज मला क्षमा करा. महाराज, केवळ निरुपायानेच मला आपल्यावर खोटी खोटी का होईना पण टीका करावी लागली. पुढच्या हितासाठी का होईना पण त्या महापुरुषाची निंदा करावी लागली. शिवाजीमहाराज, हे पाप आता कोठे फेडू? महाराज, मला क्षमा करा, मला क्षमा करा... हे पाप कसं फिटणार?"

चंद्रशेखरांच्या नेत्रांतून अश्रू पाझरत होते...

शिवाजीमहाराजांवर इतके निरतिशय प्रेम करणारा हा क्रांतिकारक शिवाजीमहाराजांच्या धैर्यानेच संकटांना सामोरे जात राहिला, यात काय आश्चर्य?

देशगौरव नेताजी सुभाषचंद्रही श्रीशिवाजी महाराजांच्या चरित्रचारित्र्याने अतिशय प्रभावीत झाले होते. ते म्हणत, ''शिवाजी, शिवाजी आणि शिवाजी! शिवाजी हाच आपला ध्रुवतारा झाला पाहिजे; शिवाजी महाराजांच्या मार्गानेच आपल्याला स्वातंत्र्य मिळेल.''

क्रांतिकारक पं. रामप्रसाद बिस्मिल नि क्रांतिकारक भगतसिंग हेही शिवाजी महाराजांपासून स्फूर्ती घेणारे! शिवाजी महाराजांमुळे विलक्षण प्रभावीत झालेले...!!

❑ ❑

शिवरायांच्या सेनेतील मुसलमान

शिवछत्रपती हे धार्मिकदृष्ट्या सहिष्णू होते. याविषयीची कितीतरी उदाहरणे सांगता येतील. अनेकांनी याबद्दल प्रशंसोद्गार काढलेले आहेत. साहित्याचार्य म. म. बाळशास्त्री हरदास म्हणतात की, ''महाराजांच्या नोकरीत मुसलमान म्हणून कोणालाही प्रवेशबंदी नव्हती. सन १६५० पासून विजापूर, गोवळकोंडा आणि मोगल राज्यकर्ते यांच्या नोकरीत असलेल्या अनेक पठाणांना शिवाजीमहाराजांनी आपल्या नोकरीत घेतले. (महाराजांची पारख अशी विलक्षण असे की त्यापैकी कोणीही कृतघ्न झाला नाही.) जंजिऱ्याचा सिद्दी संबूल हा शिवाजीमहाराजांचा शत्रू होता तर, त्याचा जावई सिद्दी मिश्री हा महाराजांच्या सेवेत होता. याची आणखी उदाहरणे सांगतो. कोणी कृतघ्न झाला नाही यावरून महाराजांच्याकडे आकर्षक विभूतिमत्त्वाची आणि त्यांच्या गुणग्राहक वृत्तीची परमधर्मीयावरही केवढी मोहिनी असे, याची कल्पना येते. अर्थात त्यांनी परधर्मीय म्हणून कोणाचा उगाच उदोउदोही केला नाही. त्यांची स्वधर्मनिष्ठा अगदी जाज्वल्य होती.

नूरखान बेग याचा सरनोबत म्हणून सन १६५७च्या पुणे येथील महजरात (सनदपत्रात) उल्लेख आले आहेत. त्यावरून तो महाराजांचा एक सैनिकी अधिकारी होता.

शिवाजीमहाराजांच्या नौदलातही मुसलमान अधिकारी होते. वर एकाचा उल्लेख केलेलाच आहे. याव्यतिरिक्त इब्राहिमखान आणि दौलतखान हे अत्यंत शूर, धाडसी नि निष्ठावंत अधिकारी आरमारात सामील केले. यांची निष्ठा अशी जबर होती की, राज्याभिषेकाच्या अगोदर म्हणजे मार्च १६७४ मध्ये स्वराज्याचा

आरमारी सरदार दौलतखान याची स्वराज्यशत्रू जंजिऱ्याचा सिद्दी संबूलखान याची सातवळीच्या खाडीत जंगी लढाई झाली. दोघेही मुसलमान पण दौलतखानाची निष्ठा अभंग होती. सिद्दी संबूलखानाचे शंभर हशम ठार झाले. खासा संबूल जखमी होऊन पडला. मराठ्यांची मोठी फत्ते झाली. दौलतखानासही जखमा झाल्या. चव्वेचाळीस मराठी हशम ठार झाले. पण दौलतखानाने जंग फत्ते केली.

शिवाजीमहाराज आणि अफजलखान यांची प्रतापगडावर भेट झाली (१० नोव्हेंबर १६५९). त्यावेळी करारात ठल्याप्रमाणे प्रत्येकाने दहा शूर नेकजात व सुसज्ज हशम आपल्याबरोबर आणावेत असे ठरले होते. खरोखर हा सारा प्रसंग म्हणजे शिवाजीमहाराजांच्या आणि स्वराज्याच्या जीवनमरणाचा प्रश्न नव्हता काय? महाराजांनी उत्कृष्ट व्यूहरचना केलीच होती. पण बरोबर जे दहाजण घ्यावयाचे होते त्यांच्यावर विशेष प्रकारचे दायित्व होते. फारफार पारखून ही मंडळी घेतलेली होती. शिवशाहीर बाबासाहेब पुरंदरे म्हणतात त्याप्रमाणे हे दहाजण म्हणजे महाराजांच्या अंगावरचे दहापदरी चिलखतच होते. हे दहाजण पाठच्या भावासारखे होते. आणि आश्चर्याची गोष्ट म्हणजे या दहात एक मुसलमान होता. याचे नाव सिद्दी इब्राहिम. त्यानेही महाराजांसाठी फार मोठा पराक्रम केला.

हाच इब्राहिमखान की दुसरा कोणी ते सांगता येत नाही, पण फोंड्याच्या वेढ्यात त्याने खूपच पराक्रम केला. कृष्णाजी अनंत सभासद म्हणतात, 'तेव्हा राजियाकडील सरदार इब्राहिमखान मुसलमान मोठा धारकरी लष्कराचा हजारी बरोबर होता. त्याने कष्ट, मेहनत खूप केली.'

नेताजी पालकर याजबरोबर दोन शूर मुसलमान सरदार अफजलखान वधानंतरच्या कर्नाटक स्वारीत होते. सिद्दी हिलाल आणि त्याचा शूर नि ताकदवान पुत्र सिद्दी वाहवाह. दोघांनी विजापूरवरील स्वारीत आणि पुढे पन्हाळ्याच्या वेढ्यावर बाहेरून हल्ला केला तेव्हा नेताजीच्या बरोबरीने पराक्रम केला. स्वत: सिद्दी वाहवाह जखमी झाला. पन्हाळ्याचा सिद्दी जौहरने घातलेला वेढा फुटू शकला नाही पण या दोन मुसलमान सरदारांनी पराक्रमाची शर्थ केली. पुढे सेनापती प्रतापराव गुजर याने विजापूरचा सरदार बहलोलखान यास उमराणीजवळ अडविले आणि त्याच्याशी रोमहर्षक युद्ध खेळून त्याचा दारुण पराभव केला. त्या लढाईतही सिद्दी हिलाल होताच आणि त्याने मोठा पराक्रम करून दाखविला. आपल्या पाची पुत्रांसह सिद्दी हिलाल बहलोलखानाच्या फौजेतील एका पिसाळलेल्या हत्तीवर चाल करून गेला. या हत्तीसाठी भयंकर रणकंदन माजले आणि मराठ्यांनी बहलोलचा मस्त हत्ती जिंकला.

मदारी मेहतरबद्दल काय लिहावे? शिवाजीमहाराजांनी जे अत्यंत विश्वासू कमालीचे निष्ठावंत सहकारी आपल्याबरोबर आग्ऱ्याला नेले त्यात मदारी मेहतर हा छोटा विश्वासू पोरगाही होता. त्याचे वय सोळासतरा वर्षांचेच होते. तो आगऱ्याला सततच महाराजांपाशी असे. मेहतर ही त्याची जात नव्हती. ते त्याचे नाव होते. मेहतर या शब्दाचा अर्थ मुलगा किंवा म्होरक्या. मदारीचे महाराजांवर अतिशय प्रेम होते. निष्ठाही जबरदस्त! हुशारही तसाच. राजगडाहून येताना महाराजांनी हरकामासाठी हा चलाख पोरगा हाताशी घेतला होता.

महाराजांच्या सुटकेच्या वेळच्या दिव्यात मदारीने महत्त्वाची जीवावरची कामगिरी बजावली होती. महाराज पलंगावरून उतरताक्षणीच हिरोजी फर्जद शेल्याच्या पांघरुणात घुसला. मदारी मेहतर त्याचे पाय पूर्ववत, तितक्याच गंभीर चेहऱ्याने चेपीत राहिला. कोणत्या क्षणी काय घडेल याचा नेम नव्हता. मदारी मेहतरचे धाडस हिरोजीइतकेच. वयाने तो पोरगा होता पण हिरोजी तानाजी-बाजी-येसाजी यांच्यापेक्षा महाराजांवरची त्याची निष्ठा आणि प्रेम तिळभरही कमी नव्हते. त्या दोघांनी चेहऱ्यावरून किंचितही बावरल्याचे दाखविले नाही आणि संध्याकाळी-अंधारात अगदी व्यवस्थितपणे न बिचकता, न बावरता पद्धतशीर पहारेकऱ्यांना सांगून ''महाराजाचं शिर दुखे. कोणी कोठडीत जाऊ लागेल त्या मना करणे. आपण औषध घेऊन येतो.'' दोघेही सरळ बाहेर पडले. पार गेले. पुन्हा आलेच नाहीत. (राजा शिवछत्रपती) महाराजांना मदारीचे पार फार कौतुक वाटले. त्याला त्यांनी खूप गौरविले.

आपल्यासाठी स्वत:चे प्राण तळहातावर घेणाऱ्या मदारी मेहतरला काय द्यायचे? राज्याभिषेकाच्या वेळी महारजांनी त्याला विचारले, तुला काय देऊ? मदारीने काय मागावे? हत्ती? पालकी? सरदारी? अहं तो म्हणाला, ''महाराज, आपल्या सिंहासनाची व्यवस्था ठेवण्याचे, सिंहासनावर चादर पांघरण्याचे काम मला द्या!''

काजी हैदर नामक एक मुसलमान महाराजांच्या सेवेत होता असे दिसते. श्री. शेजवलकर लिहितात की, महाराजांशी लढून अपयश आल्यामुळे बहादूरखान आणि दिलेरखान यांनी महाराजांकडे एक ब्राह्मण वकील पाठविला. महाराजांनी काजी हैदर यास उलट आपला वकील म्हणून वरील मोगल सरदारांकडे पाठविले... त्यास बहुधा औरंगजेबाच्या हुकमावरून वरील दोन सरदारांनी परिंडा किल्ल्यात कैद करून ठेवले. (पर्णालपर्वतग्रहणाख्यानम् पृ. १५ अ. २ श्लोक ५१, ५२) हा अतिशय हुशार हेजीब होता. त्याचे नाव मुल्ला हैदर असेही नोंदविलेले आहे.

महाराजांचा तो एक अत्यंत विश्वासू चिटणीस होता. फार्सी भाषेत तो निष्णात होता. बहादूरने दग्याने मुल्ला हैदर तथा काजी हैदर यास कैद केलेले पाहून महाराज रागावले व त्यांनी मोंगलांशी पुन्हा जोराचे भांडण सुरू केले. बहादूरने नंतर हैदरला केव्हा मुक्त केले हे मात्र इतिहासास ठाऊक नाही.

□□

धन्य माता जिजा, तिलाची शिवबा सुत साजे

१७ जून! राष्ट्रसेविका समितीच्या नि सर्वांच्याच आदर्श अशा राजमाता जिजाबाईंचे आज निर्वाण झाले, ज्येष्ठ वद्य नवमी बुधवार शके १५९६ म्हणजेच १७ जून १६७४!

सगळ्या भारतवर्षाशी (नि एक प्रकारे भौगोलिकदृष्ट्या महाराष्ट्राशीही विदर्भ, मराठवाडा, पश्चिम महाराष्ट्र, कोकण यांशी) एकरूप झालेली सर्वात महान स्त्री म्हणजे राजमाता जिजाबाई ह्या होत. त्यांचे नाव सार्थ, यथार्थ नि कृतार्थ आहे. त्यांच्यात जिद्द आहे, राष्ट्रधर्माची जाणीव आहे, त्यांच्यात गरिबांविषयी मार्दव म्हणजे केवळ प्रेम आहे नि मानबिंदूंच्या रक्षणाच्या बाबतीत ताठपणा आहे.

विदर्भातील सिंदखेड राजा येथे जिजाबाईंचा जन्म झाला. गिरिजाबाई नि लखुजीराजे हे त्यांचे आई-वडील होत, जिजाबाईंना रामायण-महाभारत नि पुराणे यांतील कथा अतिशय आवडत असत. इ. स. १६०५ मध्ये शहाजीराजे भोसले नि जिजाबाई ह्यांचा विवाह झाला.

गङ्गेव गुणगम्भीरा व्यराजत महोदधिम्।

(शिवभारतम् २.४५)

वरील अवतरणांत कवीन्द्र परमानंद म्हणतात,

"गुणगंभीर अशी गंगा समुद्राला शोभून दिसते (तशी जिजाबाई शहाजी - राजांना शोभून दिसली.)

जाधव आणि भोसले या घराण्यांची सोयरीक जुळली, पण मने मात्र जुळली नाहीत, याचे जिजाबाईंना फार वाईट वाटे. एका अकल्पित प्रसंगी तर त्यांची लढाईही जुंपली, महाराष्ट्रात सर्वत्र मोगल नि विजापूरचा आदिलशहा धुमाकूळ घालीत असताना मराठ्यांनी आपापसात संघर्ष करावे, ही कल्पनाच जिजाबाईंना असह्य होई. मराठ्यांच्या संसाराची, प्रदेशांची नि तीर्थक्षेत्रांची झालेली व होत असलेली दैना पाहून जिजाबाईंच्या हृदयाला पीळ पडत असे. त्यांना परदास्याची कल्पनासुद्धा सहन होत नसे.

पुण्यात राहावयास आल्याआल्या त्यांनी देवदेवतांची प्रथम चौकशी केली. नुकतेच पुणे उद्ध्वस्त झाले होते. त्यावेळी पुण्यातली देवळंही फुटली हे ऐकून त्यांना अतीव दु:ख झाले.

पंत दादोजी कोंडदेव यांच्याकडून त्यांनी श्री कसबा गणपती, श्री तांबडी जोगेश्वरी नि श्री केदारेश्वर या मंदिरांचा जीणोद्धार केला.

जिजामाता बाळ शिवबाच्या मनावर सतत एक गोष्ट बिंबवीत राहिल्या, 'हे सध्याचे राज्य आपले नाही ते परक्यांनी बळकावलेले आहे. इथे लोक कंगाल होत आहेत, देवळे फोडली जात आहेत, गावे बेचिराख होत आहेत. बायाबापड्याच्या हालांना तर सीमा नाही. गोरगरिबांना कोणी वाली उरलेला नाही. शिवबा, तू मोठा हो आणि यांचा पालनकर्ता हो!'

तत्कालीन समाजकारणात आणि राजकारणात जिजाबाई सतत लक्ष घालीत असत. जाती-जातीत आणि घराण्या-घराण्यात होणारे तंटे त्यांनी जातीने सोडविले होते.

त्याबाबतीत त्या अत्यंत नि:पक्षपाती होत्या. संतमहंतांचा आणि विद्वानांचा त्या योग्य तो परामर्श घेत असत. त्या अत्यंत धर्मनिष्ठ होत्या. तीर्थक्षेत्रांची मुक्तता हे ध्येय त्यांच्यामुळेच मराठी सत्तेला मिळालेले असणार!

अफजलखानाचे संकट (इ. स. १६५९) अतिभीषण होते. जिजाबाईंचे चार पुत्र मांडीवरून मृत्यूने उचलून नेले होते. शूर संभाजीराजा जगला पण अफजलखानाच्या दुष्ट कारस्थानामुळे तो ठार झाला नि जगला एकच, नि तो म्हणजे शिवबा आणि त्यांच्यावर अशी प्राणांतिक संकटे! शिवबाला एकदाच जन्म देऊन प्रसूतिवेदना संपल्या नव्हत्या. शिवबाला जन्म देणे म्हणजे जन्मभर असह्य अशा प्रसूतिवेदना सहन करणे त्याही मोठ्याने नव्हे मनात कारण इतरांचा धीर खचता कामा नये. शिवबाची आई होणे हेच एक मोठे कठीण व्रत होय.

पन्हाळगडचा वेढा (सन १६६०) हे आणखी भीषण संकट. दीर्घकाळ तेथे अडकून पडलेल्या शिवबाला सोडविण्यासाठी त्या स्वत: शस्त्रसज्ज झालेल्या होत्या, पण सेनापती नेताजी पालकरांनी त्यांना या गोष्टीपासून परावृत्त केले. या प्रसंगात त्यांची पुत्रप्रेमाची आर्तता आणि त्यांचा विलक्षण आवेश दिसून येतो.

सन १६६४ मध्ये होदीगेरीच्या अरण्यात शहाजीमहाराजांना अपघात झाला नि त्यातच ते निवर्तले. हा वज्राघात झेलून त्या सती जावयास सिद्ध झालेल्या होत्या. पण शिवाजीराजांनी त्यांची विनवणी करून त्यांना सती जाण्यापासून परावृत्त केले.

शिवबाने मातृ:श्रीची श्रीक्षेत्र महाबळेश्वर येथे सुवर्णतुला केली. हे सुवर्ण जिजामातृ:श्रींनी गरिबांना वाटून टाकले (सन १६६५).

रायगडावर शिवरायाला राज्याभिषेक झाला.

याजसाठी म्हणजे हिंदुराष्ट्रासाठी त्यांनी सारा अट्टहास केला होता आता शेवटचा दिवस कधीही येवो त्यांना तो गोड वाटणार होता!

'ऐका हो तुटले परदास्याचे बंध

धुमधडाडधुम हो रायगडावर नाद।'

खरोखर जिजामातांच्या डोळ्यांचे पारणे फिटले होते. धन्य धन्य वाटले त्यांना. विजयनगर देवगिरी, इंद्रप्रस्थ, कर्णावती द्वारसमुद्रम आदी भग्न झालेली सिंहासने आज धारातीर्थ रायगडावर साधली गेली होती (त्यावेळी ज्येष्ठ शुद्ध त्रयोदशी, राज्याभिषेकदिन ६ जूनला आला होता. यंदाही तो ६ जूनलाच आला होता.) तर रायगडावरचे शीत हवामान त्यांना मानवत नसल्यामुळे महाराजांनी गडाच्या थोडे खाली पाचाड येथे त्यांच्यासाठी वाडा बांधला होता. (आजही त्याचे जोते तेथे अवशिष्ट आहे. तिथेच जिजामातांची समाधी आहे.)

राज्याभिषेकानंतर काही दिवसांतच त्या निर्वतल्या.

जिजाबाईंच्या अंगी अनेक अमोल सद्गुण होते. म्हणूनच शिवबाने आगऱ्याला जाण्यापूर्वी राज्यकारभाराचा सारा शिक्का त्यांच्या हाती दिला होता. जिजामाता ह्या शिवबाच्या केवळ माताच नव्हे, तर प्रेरक शक्तीही होत्या.

शहाजीराजांना काहीही कमी नव्हते. हत्ती-घोडे, धनदौलत, पालख्या-मेणे नटून थटून मिरवायचे म्हटले तर जामदारखान्यात दुरडीभर दागिने होते. सारे काही होते पण जिजाबाईला तहान लागलेली होती स्वराज्याची. स्वतःचे स्वतंत्र राज्य तिला हवे होते. दुसऱ्या कोणत्याही मृगजळाने तिची तहान भागणार नव्हती. ती तुळजाभवानीची परमभक्त होती. जगदंबेने जसे नऊ दिवस नऊ रात्र अखंड युद्ध मांडून अवघे राक्षस निर्दालून काढले, तसे आपणही ह्या सुलतानाविरुद्ध युद्ध मांडून ही देवांची भूमी मुक्त करावी, असे तिला फारफार वाटे. संतसज्जनांचे पालन करणे, प्रजापृथ्वीचे पालन करणे, हे आपले ब्रीद! ही सारी पृथ्वी यवनाक्रान्त झाली. तिची मुक्तता करून धर्मसिंहासनाची स्थापना करावयाची, असे तिला फार वाटे. उन्मत मग्रुर सुलतानांपुढे माना तुकविणाऱ्या लाचार, मुजरे बहाद्दरांचा तिला अत्यंत तिटकारा येई. तिला स्वतःचे राज्य हवे होते. स्वतंत्र तख्त हवे होते. तिला हवा होता आपला झेंडा, आपली फौज, आपला तोफखाना, आपला सेनापती, आपला प्रधान. आमच्या देशावर राज्य करतील आमचे सार्वभौम चंद्रसूर्य आणि

आमचाच सार्वभौम राजा हे तिचे स्वप्न होते. तिला रामायण-महाभारत फार फार आवडे. राम, हनुमान, सीता, कृष्ण, द्रौपदी, कुंती, विदुला या सर्वांच्या कथा ऐकताना तिच्या मनावर विलक्षण परिणाम होई. तिचा असंतोष फोफावू लागला. उद्याची गाय आपण निर्वाणीने सोडवू पण आजची गाय मरते आहे, हे तिला पाहवत नव्हते.

जिजाबाईचे डोहाळेही विलक्षणच. तिला मेवामिठाई नको होती. मस्कतची डाळिंबे नको होती, सुगंधी सरबते नको होती... मग? तिला हत्तीवर बसावेसे वाटू लागले. डोंगरावरचे किल्ले चढून जाऊन पाहावेसे वाटू लागले. सोन्याच्या तख्तावर बसावे आणि मस्तकावर शुभ्र छत्र धरवून मोठमोठी दाने करावीत, उंच उंच ध्वज उभारावेत, धनुष्यबाण, भाला, तलवार इ. शस्त्रे घेऊन, चिलखत चढवून लढाया कराव्यात, असे तिला वाटू लागले. गड जिंकावेसे वाटू लागले. वाघावर बसावेसे वाटू लागले- श्रीतुळजाभवानी प्रमाणे शस्त्रास्त्रे घेऊन! खरोखर असे डोहाळे लागावेत पार्वतीलाच, सुभद्रेलाच!

अफजलवधाचा प्रसंग

अफजलखानाचा प्रसंग फारच भयंकर! शिवबा कर्दनकाळ अफजलखानाला भेटावयास जाणार ही कल्पनाच असह्य होती. जिजाबाईंच्या मातृहृदयाला किती वेदना झाल्या असतील? शिवबा प्रतापगडावर जाण्यास निघण्यापूर्वी आईसाहेबांना वंदन करण्यास आला. आईसाहेबांनी अंतःकरण कठोर केले नि आशीर्वाद देत म्हटले 'जा शिवबा, तुला यश मिळेल. चढती दौलत तुला लाभेल विडा मिळवून आण पण शिवबा काम सांभाळून कर. शिवबा, संभाजीचे उसने फेडून घे!'

किती ओजस्वी नि तेजस्वी आहे हा संदेश! यात भेकडपणा, लाचारी, शरणागती यांना स्थानच नाही. कसे असणार? या दुर्गुणांना त्यांच्या हृदयातच स्थान नव्हते तर मग त्यांच्या शब्दात नि भाषणात कसे असणार? शिवबाला त्यांनी संभाजीराजाच्या मृत्यूची मुद्दाम आठवण करून दिली. शिवाजीमहाराजांना संभाजी नामक सख्खे थोरले बंधू होते. ते अत्यंत शूर होते. पण याच अफजलखानाच्या दुष्ट कुचराईमुळे कनकगिरीच्या वेढ्यात ते ठार झाले (इ. स. १६५५). पोटच्या पोराचा हा घात आईसाहेबांना फार लागला होता. म्हणून मुद्दाम शिवबाला त्यांनी संभाजीराजांची आठवण करून दिली नि त्यांच्या मृत्यूचा सूड घ्यावयास सांगितले. शिवबानें सूड घेतला!

लोकहिताकडे सदैव लक्ष

लोकहित हा जिजाबाईंचा स्वभावच होता. पारतंत्र्यात असणारे आपले लोक

स्वतंत्र कसे होतील, स्वराज्य कसे निर्माण होईल, हाच त्यांच्या जीवीचा ध्यास होता. स्वराज्य झाल्यानंतरही प्रजा सुखी कशी होईल, इकडे त्यांचे लक्ष असे. एकदा काय झाले की राजगडच्या पायथ्याशी असणारा-विठोजी शिळमकर याच्या मुलीचे लग्न ठरले. स्थळही चांगले मिळणार, मुलगी चांगल्या घरात पडणार. गोमाजी नाईकांनी आपल्या पुत्रासाठी मुलीला मागणी घातलेली! पण विठोजी काळजीत पडला. लग्न समारंभ म्हटलं की द्रव्य हवे धान्य हवे. आणि ते तर पुरेसे नव्हते. पण ही वार्ता जिजाबाईंना कळली. स्वराज्यातील आपल्याच एखाद्या माणसाच्या घरचे लग्न पार पडू नये? ताबडतोब जिजाबाईंनी विठोजीला गडावर बोलाविले व पंचवीस होन नि पाचशे लोकांच्या पंगतीला पुरेल इतके स्वयंपाकाचे साहित्य त्याला दिले.

जिजाबाईंचे महान वैशिष्ट्य म्हणजे 'याचि देही याचि डोळा' त्यांनी आपले ध्येय साकार झालेलें पाहिले. याच जन्मात दुर्लभ, कठीण असे आपले ध्येय साकार झालेले पाहणे हे भाग्य विरळाच लोकांच्या वाट्याला येते. त्यातून जिजाबाईंचा ध्येयमार्ग फार कठीण असा, कटंकाकीर्ण होता. केवढे अवघड वाण त्यांनी घेतले होते नि ते त्यांनी पूर्ण करून दाखविले. ज्याच्यासाठी अट्टहास केला होता. ते प्राप्त झाले होते.

मातृभक्त शिवबाने महाबळेश्वराच्या एका अत्युच्च शिखरावर आईसाहेबांची सुवर्णतुला केली. पुढे शिवबाला राज्याभिषेक झाला. यश:सूर्य पाहावयास किती प्रयास, सायास यांना पडले होते! आज सोनियाचा हा दिवस अमृताने न्हाऊन निघाला होता. धन्य धन्य जिजामाता धन्य! तुमचे स्मरण आम्हांला नेहमीच स्फुरणदायी घडो.

❑❑

श्रीशिवछत्रपतींचे कौटुंबिक जीवन

श्री शिवाजी महाराज यांच्याबद्दल इतके वाचले गेले आहे, ऐकले गेले आहे, सांगितले गेले आहे, बोलले गेले आहे की नवनवीन मुद्दे हुडकून काढणेही अवघड झालेले आहे. परंतु तरीही फारसा स्पर्श न झालेल्या काही मुद्द्यांचा विचार करणे योग्य नि मनोरंजक ठरेल. उदाहरणार्थ -

श्री शिवाजी महाराजांचे कौटुंबिक जीवन कसे होते ह्याविषयी काही लिहिले तर थोडेसे नावीन्यपूर्ण ठरेल. तसे म्हटले तर छत्रपती शिवाजी महाराजांच्या सर्व राण्यांची नावे नि आडनावे सांगा म्हटले तरी ते अनेकांना नव्हे बहुतेकांना सांगता

येणार नाही.

राजकारण म्हणून आणि शूर कर्तबगार घराणी जोडण्यासाठी म्हणून महाराजांनी आठ विवाह केलेले होते हे सर्वांना माहीत आहे. त्यांच्या अष्टपत्नींची नावे याप्रकारे होती-

१) सईबाई (फलटणच्या बजाजी नाईक निंबाळकरांच्या भगिनी आणि युवराज संभाजीराजांच्या माता होत), २) सगुणाबाई (शिर्के), ३) सोयराबाई (मोहिते), ४) पुतळाबाई मोहिते किंवा पालकर, ५) लक्ष्मीबाई (विचारे), ६) सकवारबाई (गायकवाड), ७) काशीबाई (जाधव) ८) गुणवंताबाई (इंगळे) महाराजांचा शेवटचा विवाह त्यांच्या वयाच्या २७व्या वर्षी झाला.

राज्याभिषेकाच्या वेळी चार राण्या होत्या (साहित्याचार्य बाळशास्त्री हरदास)

महाराजांच्या थोरल्या राणीबाईसाहेब सईबाई ह्यांना ३ कन्या नि १ पुत्र झाला. पहिल्या कन्येचे नाव सकवारबाई, त्यांना बजाजी नाईक निंबाळकर यांचे चिरंजीव महादजी नाईक निंबाळकर यांना दिले होते. दुसऱ्या कन्येचे नाव होते राणुबाई! त्यांना जाधवरावांकडे दिले होते. तिसऱ्या कन्या म्हणजे अंबिकाबाई त्यांना अमाणिकाबाई असेही म्हणतात. म. म. बाळशास्त्री हरदास म्हणतात त्याप्रमाणे कदाचित यांचे माहेरचे नाव अमाणिकाबाई असावे नि सासरचे अंबिकाबाई असावे. ह्यांचा विवाह हरजीराजे महाडिक यांच्याशी झालेला होता. श्री शिवाजी महाराजांच्या जावयांत हेच काय ते एकटे कर्तृत्ववान होते. महाराजांच्या काळात तर हरजीराजे महाडिक यांनी कर्तृत्व गाजविलेच पण श्री संभाजीमहाराजांच्या काळात ते कर्नाटकचा कारभार पाहात होते. हरजीराजे आणि अंबिकाबाई ही दोघे शेवटपर्यंत कर्नाटकातच होती. हरजी राज्यकारभार उत्तम रीतीने करीत.

राणी सईबाई साहेबांचे शेवटचे अपत्य म्हणजे श्री संभाजीराजे. त्यांचा जन्म १४ मे १६५७ ला झाला. माता अतिशय आजारी असल्यामुळे धाराई गाडे हिने संभाजी महाराजांना दुग्धपान घडविले.

संभाजीराजांचा विवाह पिलाजीराजे शिर्के यांची कन्या जिऊबाई यांच्याशी झाला. चि. सौ. कां. जिऊबाई आता सकल सौभाग्य संपन्न येसूबाई झाल्या. श्री. शिवाजीमहाराजांचा आपल्या या अतिशय हुशार, धोरणी, चतुर, सुसंस्कृत स्नुषेवर फार जीव होता. समर्थ लेखक प्रा. श. श्री. पुराणिक यांनी आपल्या 'मराठ्याचे स्वातंत्र्ययुद्ध-उत्तरार्ध छत्रपती राजाराम आणि महाराणी ताराबाई' या ग्रंथात श्रीमंत येसूबाईचे अतिशय सुरेख, हृदयस्पर्शी, स्वभाव कार्य-कर्तृत्व यांचे चित्र रेखाटलेले आहे ते मुळातूनच पाहावे.

येसूबाईंना २९ जानेवारी १६७९ मध्ये एक कन्या झाली. तिचे नाव भवानीबाई. त्यानंतर येसूबाईंना १८ मे १६८२ या दिवशी पुत्ररत्न झाले. परमप्रतापी आजोबांचे म्हणून शिवाजी असे त्याचे नामकरण करण्यात आले, म्हणजेच ते प्रख्यात शाहूमहाराज होते.

संभाजीमहाराजांचा दुसरा विवाह १६७९ मध्ये चंपा नामक कच्छवाह रजपूत घराण्यातील कन्येशी झाला. तिला मदनसिंह आणि अधोसिंह नामक दोन पुत्र होते. तसेच दोन कन्या होत्या.

सगुणाबाई राणीसाहेब शिर्क्यांच्या घराण्यातील नसून पालकरांच्या घराण्यातील होत्या, असे प्रख्यात संशोधक श्री. वा. सी. बेंद्रे यांनी लिहिलेले आहे. या सेनापती नेताजी पालकरांच्या पुतणी होत. सगुणाबाईंना राजकुवरबाई नामक कन्या असून तिचे लग्न गणोजी शिर्के यांच्याशी झाले होते.

राणीसाहेब सकवारबाई यांना कमलाबाई नामक कन्या असून त्यांचा विवाह नेताजी पालकरांच्या पुत्राशी झाला होता. शिवाजीमहाराजांच्या या राणीसाहेब छत्रपती संभाजीमहाराजांच्या बलिदानानंतर महाराणी येसूबाईबरोबरच मोंगलांच्या कैदेत सापडल्या आणि नगर येथे त्यांचा मृत्यू झाला. या गायकवाड घराण्यातील होत.

राणीसाहेब काशीबाई ह्या जाधवराव यांच्या कन्या - काशीबाई यांना मूळबाळ असल्याचा उल्लेख मिळत नाही. या ६ फेब्रुवारी १६७४ या दिवशी त्या निधन पावल्या. राज्याभिषेकापूर्वी चारच महिने! केवढे दुर्दैव!

मात्र, रायगडावर एक वृंदावन अलीकडेच सापडलेले आहे. ती सकल सौभाग्यसंपन्न काशीबाईची समाधी असावी असे प्रसिद्ध इतिहासतज्ज्ञ, कादंबरीकार श्री. गो. नी. दाण्डेकर म्हणतात.

पुतळाबाई ह्या श्री शिवाजीमहाराजांच्या मृत्यूनंतर तसेच संभाजीराजांच्या मंचकारोहणानंतर २७ जून १६८० ला अग्निप्रवेश करून त्या सती गेल्या.

राणीसाहेब सोयराबाई या मोहिते कुळातील होत्या. श्री शिवाजीमहाराजांचे सेनापती हंबीरराव मोहिते यांच्या त्या भगिनी होत, श्री शिवाजीमहाराज यांच्या राज्यारोहणाच्या वेळी पट्टराणी म्हणून यांनाच अभिषेक झाला होता.

सोयराबाईसाहेबांना एक पुत्र आणि एक कन्या. पुत्र राजाराम यांचा जन्म २४ फेब्रुवारी १६७० ला झाला. राजारामसाहेब पालथे जन्माला आले... या अशुभ मानल्या गेलेल्या घटनेवरून श्री शिवाजीमहाराजांनी 'हा पुत्र दिल्लीची पादशाही पालथी घालील' अशी दिव्य भविष्यवाणी उद्गारली होती. सकल

सौभाग्य संपन्न सोयराबाईसाहेबांनी श्री शिवाजीमहाराजांना विषप्रयोग केला हे खोटे आहे. हे नागपूरचे प्रख्यात शिव-अभ्यासक श्री. विजयराव यशवंतराव देशमुख यांनी उत्कृष्ट आधार दाखवून दिले आहे नि श्रीमान बाळशास्त्री हरदास यांनी म्हटले आहे ते बरोबरच आहे की श्री संभाजीमहाराजांनी सोयराबाईसाहेबांना भिंतीत चिणून मारले हे खोटं आहे. शिवाजीराजांच्या मृत्यूनंतर १९-२० महिने त्या हयात होत्या. २७ ऑक्टोबर १६८१ हा त्यांचा मृत्यू दिवस! स्थळ रायगड! त्या दिवशी छत्रपती संभाजीमहाराज हे रायगडी नसून पन्हाळगडी होते.

श्री शिवाजीमहाराजांच्या ७व्या नि ८व्या राणीसाहेब लक्ष्मीबाईसाहेब नि गुणवंतीबाईसाहेब यांच्या संबंधी विशेष माहिती मिळत नाही.

शिवाजीमहाराजाचे धाकटे चिरंजीव श्री राजारामसाहेब यांची महाराजांनी ७ मार्च १६८०ला मुंज केली. १६ मार्च १६८०ला त्यांचा विवाह लावण्यात आला. सेनापती कै. प्रतापराव गुजर यांच्या कन्या जानकी यांच्याशी श्री राजारामसाहेबांचा विवाह लावला, महाराज एक प्रकारे प्रतापराव गुजर यांच्या ऋणातून अंशतः का होईना मुक्त झाले.

❑ ❑

२. शूर आम्ही सरदार आम्हाला काय कुणाची भीती?

देवगिरीचा स्वातंत्र्यवीर : हरपालदेव

हरपालदेव! हरपालदेवाचे नाव स्वातंत्र्याच्या इतिहासात सुवर्णाक्षरांनी लिहिले गेलेले आहे.

अल्लाउद्दीन खिलजीचा तो भयानक हल्ला! १२९४ सालची घटना. अल्लाउद्दीन खिलजी महाराष्ट्रवर चालून आला. तो दिवस खरोखर अतिशय कारुण्याने, दुर्दैवाने, भयाणतेने भरलेला आहे.

केवळ ८००० तुर्की सैन्यासह अल्लाउद्दीन चालून आला होता. आणि अरेरे! वैभवशाली रामदेवराव यादवांचा पराभव झाला. स्वातंत्र्याला फार मोठी जखम झाली. ती चिघळत चालली. अल्लाउद्दिनाने खंडणीची मागणी केली. ही लूट ऐकून कोणाचाही विश्वास तरी त्यावर बसेल का?

"६०० मण सोने, ७ मण मोती, २ मण हिरे-माणके, १००० मण चांदी, रेशमी कापडाचे ४००० ठाण." एवढ्या 'अल्प' खंडणीची मागणी त्याने केली!

पुढे रामदेवरावांचाही मृत्यू झाला. त्यांचा पुत्र शंकरदेव यादव सिंहासनावर बसला, शंकरदेवाने स्वातंत्र्याचा झेंडा फडकाविला. देवगिरीहून दिल्लीला जाणारी खंडणी बंद केली. गुलामी नष्ट करून टाकली. पण अल्लाउद्दिनाची गिधाडी दृष्टी परत दख्खनकडे वळलीच. त्याने आपला गुलाम मलिक काफूर याला त्वरेने रवाना केले. हा मलिक खरोखर क्रौर्याचा मुकुटमणी होता. देवगिरींवर चालून आला. यादवसेना आणि शत्रुसेना एकमेकास भिडल्या. महाभयंकर युद्ध. शंकरदेवाने भीमपराक्रम केला. परंतु दुर्दैव उभे राहिले, शंकरदेव ठार झाला.

मग काय, विचारायलाच नको! सर्वत्र सुलतानी साम्राज्य सुरू झाले. लुटालूट, अत्याचार, क्रौर्य कत्तली, छळणूक, विध्वंस यांना अक्षरशः उधाण आले. स्वातंत्र्याची

ज्योत पार निवाली. सर्वत्र काळोख पसरला. पारतंत्र्य - भीषण पारतंत्र्य - असे वाटले की आता स्वातंत्र्याचा दिवस उगवणे शक्य आहे- काय? या उन्मत्त खिलजीपुढे हिंमतीने उभा राहणारा कुणी मर्द आहे काय? यांना रणांगणांत आव्हान देऊन चारी मुंड्या चीत करणारा एखादा बलदंड युवक आहे काय?...

तो पहा उठलाच युवक! खरोखर तो धैर्याने, हिमतीने, स्वाभिमानाने, देशप्रेमाने नुसता रसरसलेला होता. त्याला खिलजीचे अत्याचार, ही विटंबना नि पारतंत्र्य सहनच झाले नाही. कमालीचा स्वाभिमानी आणि युयुत्सु असा तो युवक कृत-निश्चयाने उभा राहिला. तो जणू गरजू लागला. साद घालू लागला, आव्हान करू लागला ''माझिया सांगाती वदा कोण येती वाळवंटातुनि मार्ग माझा!'' आणि मग हजारो युवकांनी त्याला प्रतिसाद दिला, त्याचे आवाहन मानले. हजारो समस्त तरुण येऊन मिळाले, तो तरुण होता रामदेवराव यांचे जावई हरपालदेव! हरपालदेवाने स्वांतत्र्याचा झेंडा पुन्हा एकदा उभारला. खिलजी सैन्याची दाणादाण उडाली. साफ पराभव झाला. देवगिरी स्वतंत्र झाली. पारतंत्र्य पार नष्ट करण्यात आले.

पण याचवेळी दिल्लीत अतिशय भयंकर व क्रूरतम सुलतान सत्तेवर आला. त्याचीही गृधा दृष्टी महाराष्ट्राकडे वळली. हजारो सैनिक घेऊन आलाच तो चालून! दोन्ही सैन्याची गाठ रणांगणावर पडली.

हरपालदेव शर्थीने लढला, पण दुर्दैव ओढवले. हरपालदेवाच्या सेनेचा पराभव झाला. हरपालदेव जिवंत हाती सापडला. आणि मग त्या क्रूरकर्म्या मुबारिकखान खिलजीने हुकूम सोडला- ''त्याची कातडी सोलून त्याला देवगिरीच्या दरवाजावर लटकत ठेवा'' काय क्रूर ही शिक्षा! स्वातंत्र्यासाठी लढताना हरपालदेवाला किती यातना झाल्या असतील? हे स्वातंत्र्यदीपका हरपालदेवा, तुला आमचे सहस्त्र सहस्त्र प्रणाम.

❑❑

धैर्यधर वीर कान्होजी जेधे!

कान्होजी जेधे हे शिवाजीमहाराजांचे फार मोठे सहकारी. महाराजांना वास्तविक ते वडील म्हणून शोभतील. पण तरीही त्यांची महाराजांच्या आणि स्वराज्याच्या पायी वज्रनिष्ठा होती. महाराज हे त्यांचे आता दैवत बनले होते.

पण स्वराज्यसेवकांची फार फार कसोटी पाहिली जाते. त्यांच्यावर असे काही कसोटीचे प्रसंग येतात की, विचलित व्हायचे का विजनवासी व्हायचे, शरण जायचे का मरण पत्करायचे, खावन्द चरणी मिलिंदायमान व्हायचे का

देशचरणी समर्पित व्हायचे, एवढाच पर्याय त्यांच्यापुढे असतो.

अफजलखानाचे असुरी आक्रमण झाले नि सामान्यांच्या जीवाचा थरकाप झाला. कत्तल, लूट, मारहाण, जाळपोळ, धरपकड, अपमान, यमयातना...

स्वराज्यसेवक अगदी भरडून निघत होते नि त्यातच विजापूरच्या बादशहाने एक भयंकर डाव टाकला. 'काही करून या दुष्ट शिवाजीची बाजू कमकुवत करायची! याचे सारे लोक शिवाजीला सोडून माझ्याकडे आले पाहिजेत... आणि ताबडतोब आदिलशाहाची फर्माने वाट चालू लागली. शिर्के, गायकवाड, डोहार, मारणे, पायगुडे, ढमाले, निगडे, कोंडे, शिळमकर, जेधे, खोपडे जगदाळे... साऱ्यांना कडक पत्रे रवाना झाली नि एके दिवशी ते फर्मान कान्होजींच्याही घरी दाखल झाले. 'मुकाट्याने शिवाजीचा पक्ष सोडून अफजलखान यांना सामील व्हा, खास खास बक्षिसे मिळतील. पण जर सामील झाला नाहीत तर नतीजा ठीक होणार नाही.'

फर्मान वाचले. पहिले काही क्षण कान्होजींना काही सुचेनाच. अफजल खानाची भयप्रद सेना, आकृती त्यांना दिसू लागली. जर त्याला सामील झालो नाही तर हा आपले, आपल्या कुटुंबीयांचे राईराईएवढे तुकडे करणार. घर नष्ट करणार, कदाचित हत्तीच्या पायी, भिंतीत चिणेल जाणार, आग लागणार! काय करावे? काय काय? आणि अफजल-खानाला मिळालो तर? मग विचारूच नका, जमीनजुमला, घरदार, पैसे, एखादा किताब, हत्तीघोडे, सोने इत्यादी. काय करायचे?

आणि एकदम कान्होजींनी काही निश्चय केला आणि भगवान शंकरांना वंदन करून आपल्या पाची पुत्रांसह ते महाराजांना भेटावयास आले. महाराजांना आनंद झाला. पण त्यांची परीक्षा पाहाण्यासाठी ते कान्होजींना म्हटले, "नाईक, खोपडे आणि जगदाळे तर खानाला मिळालेच, तुम्हीसुद्धा जावयास हरकत नाही. कारण जीवाचा नि वतनाचा प्रश्न आहे ना?"

हे ऐकले मात्र! कान्होजी ताडकन उठले. शिवशाहीर म्हणतात, कान्होजींनी एकदम म्हटले, "महाराज नका, नका, असं हृदयाला घरं पाडणारं बोलू नका. स्वराज्याची घेतलेली बेलरोटीची शपथ आजही आमची कायम आहे. स्वराज्यापेक्षा आम्हाला काय मूल बाळं, चूलबोळकी, काटक्याकुटक्या, गाडगीमडकी अधिक आहेत? या साऱ्यांचा नाश झाला तरी आम्हाला पर्वा नाही! बादशाहाने आम्हाला कितीही पैसे, वतने दिली तरी आमच्या मनाला मोहाचा स्पर्श होणार नाही. आमचं जीवन हे स्वराज्यासाठीच आहे. महाराज, मी पुन्हा प्रतिज्ञा करतो की मी

स्वत:, माझे पाची पुत्र, माझे सारे सैन्य स्वराज्यासाठी मरून जाऊ पण स्वराज्याशी आणि बेइमानी? आणि आमच्याकडून? केवळ अशक्य!''

हा निर्धार ऐकला मात्र, महाराज असीम प्रसन्न झाले! कान्होजीचे अतीअती कौतुक केले त्यांनी! एवढेच काय, कान्होजींनी साऱ्या देशमुख मंडळींना महाराजांच्या बाजूला राहाण्याची प्रतिज्ञा देववली. मग कोणीही अफजलखानाकडे गेला नाही. दहशत नाही नि मोह नाही. कसलाही परिणाम त्यांच्यावर झाला नाही. उलट सर्वांनी एकमुखी प्रतिज्ञा घेतली, ''महाराज आम्ही स्वराज्यासाठी आमच्या मुलाबाळांसह, जमावासह मरून जाऊ. नष्ट होऊ, पण स्वराज्याशी कधीही अंतर करणार नाही! जय भवानी! जय खंडेराय!!''

❑❑

शिवबांचा थोर मनाचा 'बालमित्र'!

वीर बाजी पासलकर यांचे नाव खरोखर प्रत्येकाच्या मुखावर पाहिजे. स्वातंत्र्याच्या इतिहासातील, शिवशाहीतील पहिला थोर हुतात्मा, असे त्यांचे वर्णन केले, तर ते वावगे ठरणार नाही. पानशेत धरणाला बाजी पासलकर यांचे नाव देणार आहेत असे म्हणतात. खरोखर अशी गोष्ट घडली तर ते यथोचितच ठरेल. त्या नाम महात्म्यानेही गतकालीन कटू स्मृती विरून जातील!

बाजी पासलकर हे पुणे जिल्ह्यातील मोसेखोऱ्याचे देशमुख, हे मोसेगाव पानशेतच्या परिसरातच आहे. त्या काळच्या बहुतेक देशमुखांची निम्मी कागदपत्रे ही रक्तपाताने भरलेली आहेत. पण त्यातल्या त्यात बाजी म्हणजे शिवबाचे सर्वांत 'मोठे बालमित्र'! शिवबा सतरा-अठरा वर्षांचा तर बाजी साठीच्या घरातले. पण या बाजींचे शिवबावर, अतूट प्रेम होते. शिवबासाठी वाटेल ते करण्याची त्यांची तयारी होती. अगदी प्रसंगी प्राण देण्याचीसुद्धा!

बाजींचे हृदय फारच थोर होते. एखाद्या देशमुखाचा खून होऊन त्याची बायकामुले देशोधडीला लागली, तर बाजी त्यांना आश्रय देत. देशमुखांना कर्जाबद्दल किंवा चांगल्या वर्तणुकीबद्दल जामीन राहून त्यांच्या ते उपयोगी पडत. त्यांचे पूर्ण नाव बाजी वल्लद बापूजी यशवंतराव पासलकर असे होते. 'यशवंतराव' हा त्यांना किताब होता.

यमाजी शाहिराने बाजीवर एक फारच छान असा पोवाडा रचला आहे. बाजींना अंबाई व बिंबाई अशा दोन बायका होत्या. बाजींच्या घरचा पसारा मोठा होता. शंभरावर नोकर चाकर होते. वीर असे रजपूत लोक जवळ होते. अनंता

खुरचुळे नावाचा एक शिंप्याचा मुलगा त्यांनी पाळला होता. हा चांगला पहेलवान होता. त्याच्या खुराकांची व्यवस्था स्वत: बाजी पाहात. त्याव्यतिरिक्त येल्या मांग आणि खंड्या महार हे निष्ठावंत पाईक त्यांच्याकडे होते. बाजींजवळ यशवंता नामक एक तेज घोडी होती. ती पळविण्यासाठी सोनू दळवी आणि बाजींचा खुद्द जावई मरकतराव यांनी बाजींच्या वाड्यावर ५०० जमावानिशी हल्ला केला. हा प्रसंग कुरडू येथे घडला. बाजी त्यावेळी जेवत होते. मरकतराव भलत्याच जोरात होता. पण अनंता खुरचुल्याने चांगलाच पराक्रम केला. बाजींनी तर आपल्यावर हल्ला करणाऱ्या आपल्या जावयाला छाटून टाकले. सराईत होता बाजी. जावई धरणीला पाडला. येल्या मांगाने सोनू दळव्याचे शिर उडविले व शत्रूची दाणादाण उडविली. बाजींचे कुरुडू गाव रायगडाखाली छत्रीं निजामपुराजवळ आहे.

बाजींचा सर्वांत मोठा पराक्रम म्हणजे स्वराज्यासाठी लढविल्या गेलेल्या पहिल्या वहिल्या लढायांतील पुरंदर ते सासवड या भागांत शत्रूची उडविलेली विलक्षण दाणादाण! १६४८ चा सुमार! फत्तेखान, मुसेखान इत्यादी मोठे पराक्रमी लोक ५ हजारांचे प्रचंड सैन्य घेऊन महाराजांवर चालून आले. त्यांनी पुरंदरावर हल्ला केला. युद्धा वेश चढलेले, लांब हात असलेले डोक्यावर उत्कृष्ट शिरस्त्राण, अंगात कवच घातलेले, परस्परांशी विरोध करणारे त्या दोन्ही सैन्यातील योद्धे धनुष्य हालवीत व तीक्ष्ण बाण जोडीत 'संभाळ, संभाळ' असे पुन्हा पुन्हा गर्वाने म्हणत पुरंदराच्या चढणीवर त्यासमयी अद्‌भूत प्रकारे लढले. एकमेकांकडे पाहून व नेम धरून एकांनी बाणांनी पृथ्वीतल व दुसऱ्यांनी आकाश झाकून टाकले.

खरोखर बाजी आणि अन्य वीरांच्या पराक्रमामुळे पुरंदरगडाच्या दरडीवरून शत्रूच्या रक्ताची महानदी गर्जना करीत धो धो वाहू लागली. आणि मग काय? फत्तेखानाच्या सैन्यात एकच पळापळ सुरू झाली. पाठलाग सुरू झाला. मराठ्यांचा प्रचंड विजय झाला. बाजींनी सासवडपर्यंत शत्रूचा पाठलाग केला. तेथे घोर लढाई झाली आणि अरेरे, या युद्धात ज्यांनी भीमपराक्रम केला ते बाजी पासलकर दुर्दैवाने ठार झाले. महाराजांचा फार मोठा आधारस्तंभ कोसळला. अशा वीर बाजींच्या सासवडजवळील समाधीचे दर्शन प्रेरक ठरेल. यात काय शंका!

❑❑

विश्वासराव नानाजी

किर्र, दाट झाडी! भीतीलाही भीती वाटावी असे भेसूर वातावरण! दिवसासुद्धा इथे फिरकण्याची भल्याभल्यांची हिम्मत होत नसे तिथे रात्री कोण फिरणार?

आणि कशाला फिरकायचं तिकडे? झाडाझाडांवर डोकं आपटून जीव द्यायला? भयाचं मूर्तिमंत साम्राज्यच तिथं अवतीर्ण झाल्यासारखं वाटे. छ्या! एखाद्या गावकऱ्याला बक्षिसी दिली तरी तो इथं पाय टाकण्याची हिम्मत करणार नाही.

कर्र कर्र वाजणारे ते वृक्ष, रात्री तर फारच भेसूर दिसत. भळाळणारा वारा भयाकारितेत आणखी भर टाकीत असे. चंद्रप्रकाशात वा चांदण्यांच्या प्रकाशातही इथे येण्याची सोय नसे. कारण त्या प्रकाशात झाडांनी धारण केलेले आणि भेसूर भासणारे विविध काल्पनिक आकार हृदयात धडकीच निर्माण करीत. हे अरण्य किती खोल आहे कोणास ठाऊक! एक वेळ शूर्पणखेच्या डोक्यातील ऊ सापडेल पण इथे हरवलेला माणूस सापडणं वा त्या हरवलेल्या माणसाला वाट सापडणं महा मुश्कीलच म्हणा. दैवच बलवत्तर असेल तर त्याला मार्ग घावंल. नाही तर नाही! नाहीतर मग हिंस्त्र पशूंनी खाल्ल्यानंतर उरलेली, कारण ती खाता येत नाहीत म्हणून - हाडंच इकडे तिकडे दिसणार आणि पुन्हा एकदा हे पाहणाऱ्याच्या मनात भीतीचा गोळा उठणार!

पण अशाही भयाण वातावरणात तो एक धाडसी निर्भय अन्त:करणाचा युवक एका झाडाआड दडलेला आहे. चुणीदार पायजमा आणि ढगळसा पठाणी अंगरखा, वर पठाणी पागोटे, कमरेला कट्यार... नखशिखान्त पठाणी पोशाख! जणू अफगाणिस्तानातूनच येऊन वाट चुकलाय की काय असा भास व्हावा...

खरं म्हणजे तो अफगाण तरुण नाहीच मुळी. तो खास मराठी तरुणच आहे. नाना प्रकारचे वेश करण्यात, नाना भाषा बोलण्यात विलक्षण पटाईत आहे. भल्याभल्यांच्याही, अस्सलांच्याही ध्यानात येणार नाही अशी त्याची अस्सल नक्कल आहे.

या धाडसी मर्दाचं नाव होते विश्वासराव! विश्वासराव नानाजी दिघे. अगदी लहानपणीच शिवबाच्या संगतीत विश्वासराव आला नि शिवमय होऊन गेला. त्याचा धाडसी स्वभाव, वाटेल त्या संकटात उडी घेण्याची सदैव सिद्धता नि तत्परता, त्याच्या त्या हुबेहूब नकला, त्याचे ते बोलण्यातले विलक्षण चातुर्य, त्याचे क्षणाक्षणाला चेहऱ्यावरील भाव बदलण्याचे सामर्थ्य, वाटेल त्याचे आवाज काढण्याचे कसब, यामुळे शिवबा विश्वासरावावर बेहद्द खुश झाला. शिवबाकडे योग्य त्या माणसाला योग्य ती कामगिरी मिळत असे. शिवबाला साधुसंतांचे आशीर्वाद घेण्याची अतिशय आवड. संत तुकाराम महाराजांच्या कीर्तनाला शिवबा वेळ होईल तसा जात असे नि लक्षपूर्वक त्यातील विचार ग्रहण करीत असे. तुकाराम महाराजांनी निक्षून सांगितले होते.

"अधिकार तैसा करू उपदेश!"

शिवबाने मान डोलावली...

योग्य त्या व्यक्तींना योग्य ती कामं दिली पाहिजेत, नाहीतर महाराजांनी सांगितलं कीर्तनात-

रडतराऊच्या हातात ढाल-तलवार देऊन बसवलं त्याला घोड्यावर, पाय अडकवले त्याचे रिकिबीत नि पाठवलं त्याला युद्धात, तर रडतराव म्हणतात कसे-

"अवं एक हात ढालीत, दुसरा हात तलवारीत अडकला, दोन पाय रिकिबीत गुंतले आता जाऊ कसा लढाईवर नि लढू कसा शत्रूशी?"

जात्याच हुशार नि असे थोरथोर व्यक्तींचे संस्कार झालेले मग शिवबा आपल्या व्यवहारात चुकेल कसा?

अयऱ्यागयऱ्यांना त्यानं कधीच जवळ केलं नाही. रानावनातून, दऱ्याखोऱ्यातून हिंडताना अगदी हवा तसा मनुष्य त्याच्या नजरेत भरायचा. अचूक पारख नि अचूक निवड मग व्हायची.

हेरखात्यासाठी माणसांची पारख करायची म्हणजे का चेष्टा आहे!

अगदी गाळणी, पुन्हा गाळणी, सतत गाळणी लावूनच ही माणसं निवडावी लागतात. एकान्तिक निष्ठा हा त्यांचा पहिला सद्‌गुण, अचाट सहनशीलता हा दुसरा सद्‌गुण, नि हरहुन्नरीपणा हा त्यांचा तिसरा महत्त्वाचा सद्‌गुण, आणिक मग अन्य अनेक!

महाराजांनी काळजीपूर्वक अतिविचारपूर्वक आपल्या हेरांची निवड केली. एकही निवड चुकली नाही, हे महाराजांचे विशेष! हा पठ्ठा बहिर्जी नाईक जाधव, हा धडाडीचा मर्द विश्वासराव नानाजी दिघे... आणि हा.... कुठे त्याचं नाव माहीत आहे? अहो शिवाजीमहाराजांच्या माणसांना आपल्या हेरांची नावे कधी कळली नाहीत तर इतिहासाला ती कशी कळणार?

कौटिल्याचा कित्ता शिवबाने पुरेपूर गिरवला होता. कौटिल्याच्या हेरांनाच आपले हेर कोण कोण आहेत याचा पत्ता नसे.

विश्वासराव! असा हा शिवबाच्या पूर्ण विश्वासातला विश्वासराव. अरण्यात, वाईत, महाबळेश्वरी, पाचगणीत, मकरंदगड, मंगलगड, भोरप्याचा डोंगर म्हणजे प्रतापगड,... सर्व ठिकाणी सावधपणे, बारीक डोळ्यानं त्याची टेहळणी सुरू होती. लवकरच अफझलखानाचा तळ वाईत पडणार होता. विजापुरी सैनिकांची वर्दळ चालू होती.

विश्वासरावांचीही घाई चालली होती बातम्या टिपण्यासाठी! आज उडतारे,

तर उद्या हुमगाव, परवा बुडाळ, तर तेरवा हादगेधर...

तुफानी घोडदौड, तुफानी वाटचाल, दुसरा कोण असता तर आजारीच पडला असता... पुन्हा हे सारे गुप्त राहून करायचे होते!

गुप्त ते गुप्त जाणावे!

वातावरणात कसलीतरी खळबळ माजली होती. काहीतरी भयंकर घडणार आहे, तसा सूर निघत होता पण नेमके काय हे समजत नव्हते. विश्वासरावाची त्यासाठीच तर धावपळ चालली होती. सर्वांच्या आधी वार्ता मिळवून ती त्वरेने त्याला राजगडावर पोचवायची होती. पाऊसपाण्यामुळे रस्तेच दिसेनासे झाले होते. सर्वत्र धूसर वातावरण, अखंड कोसळणाऱ्या पावसाच्या सरींना समोरचं काहीही दिसत नव्हतं, चुकून समोर पाय टाकला तर पुरुषभर चिखलात तरी जायचा नाहीतर सामान्य दिसणाऱ्या ओढ्यात मनुष्य खळाळून वाहून जायचा. समोर सर्पराज आहे का गजराज आहे का एखादी विषारी वनस्पती आहे हेही कधी लक्षात यायचं नाही. नद्या-नाले-ओढे हे बेशक तुडुंब भरून वाहात असायचे... पाऊल घालण्याची सोय नाही. तरीही वाटेल त्या संकटात उडी घ्यायची नि महाराजांना वार्ता पोचवायचीच असा विश्वासरावांचा कृतनिश्चयच होता म्हणावा!

दृष्टी भिरभिरतीय... एवढ्यात दूरवर भगवी वस्त्रे चमकताना दिसली. भगवी वस्त्रे! निश्चितच श्रीसमर्थ रामदासस्वामींचे हे शिष्यच! हे शिष्य सर्वदूर संचार करीत नि जनतेला आध्यात्मिक, व्यावहारिक मार्गदर्शन करीत असतानाच अत्यंत सावधपणे शत्रूकडील वार्ता मिळविणे नि महाराजांकडे हर प्रयत्नाने पोचविणे हेही काम ते करीत असत. समर्थांनी आपली माणसे थेट विजापूरच्या दरबारापर्यंत पसरवून ठेवली होती. त्यामुळे समर्थांना बातम्या फार झटकन कळत. त्यांचे शिष्य, महंत, भक्त, चाहते हे 'महाराष्ट्र धर्मासाठी', 'हिंदवी स्वराज्यासाठी', 'प्रभू श्रीरामरायासाठी' प्राणही वेचावयास सिद्ध असत.

विश्वासरावाच्या मनात आशेचा किरण डोकावला. संदेह, संशय, अनिश्चितता यामुळे गेले तीन दिवस विश्वासराव संत्रस्त झालेले होते. निश्चित अशी बातमीच मिळत नव्हती. काहीतरी घडणारंय.. एवढंच... एवढ्यानं कसं चालेल?

श्रीसमर्थांनीच म्हटलं होतं ना- बोलावयाचे लिहो नये...

सर्वत्र गुप्ततेवर, तोंडी निरोपांवर सगला भर!

घोड्याला टाच बसली नि काही क्षणातच विश्वासरावाने समर्थशिष्यांना गाठलंच. त्यांचाही वेग फार होता. कधी एकदा... असं त्यांना झालं होतं. समर्थांचा कडक गुप्तता राखण्याचा संदेश असल्यामुळं "कधी एकदा..." पुढे

काय ते ते बोलणार नव्हते.

''जय जय रघुवीर समर्थ' म्हणून विश्वासरावानं माधवस्वामी नि नारायणस्वामी यांच्या चरणांना स्पर्श केला.

''जय जय रघुवीर समर्थ' असं म्हणून शिष्यांनी प्रणामाचा स्वीकार केला.

''मी शिवाजीमहाराजांचा एक क्षुद्र सेवक! महत्त्वाच्या बातम्या मिळवून त्यांच्याकडे पोचवीत असतो.''

''हे खरं की तू त्यांचा सेवक असशीलही पण आम्ही ओळखायचं कसं''

''मी परवलीचा शब्द सांगतो ना श्रीस्वामी रघुनाथ!''

''उत्तम. हा परवलीचा शब्द समर्थशिष्यांवाचून कुणालाच माहीत नसतो. त्या अर्थी तू आमच्यापैकी एक. पण तरी सध्याच्या काळात भरवसा धरवत नाही, समर्थांनीच म्हटलं आहे.

''जो दुसऱ्यावरी विश्वासला
त्याचा कार्यभाग बुडाला!''

याचा दुसराही अर्थ खराच आहे...''

''बरोबर! पण स्वामी, आपण माझ्या निष्ठेची परीक्षा घ्या नि मगच योग्य ते ठरवा...''

''ठीक आहे, चलावं विश्वासरावांनी त्या भीषण गुहेत...''

त्या अक्राळविक्राळ वाटणाऱ्या गुहेत तिघेजण प्रवेशले, आपल्याला कोणी पाहात नाही ना, याची आवश्यक ती काळजी त्यांनी घेतली होती. जातानाही ते एकएकटे गेले. एकदम तिघेजण प्रविष्ट झाले नाहीत-

आत एक मशाल धगधगत होती, पेटली होती.. विश्वासराव पुढे झेपावले नि त्या दोन शिष्यांनी निवारायच्या आत ''मी श्रीसमर्थ शिवरायांच्या नावाचा जयजयकार करून माझा हात या मशालीवर धरतो...''

मांस जळू लागले, दुर्गंधीही सुटू लागली. बोटं विचित्र दिसू लागली पण विश्वासरावांची अविचल निष्ठा, चेहऱ्यावरील प्रसन्न गंभीरता तशीच होती.

शिष्यांनी धाव घेऊन मशाल विझविली नि म्हटलं,

''पटली विश्वासराव, तुमची निष्ठा मघाशीच पटली होती; त्यासाठी एवढं दिव्य करायची आवश्यकता नव्हती...''

ताबडतोब त्या शिष्यांनी असा काही झाडपाला आणून लावला की विश्वासरावांना एकदम हलकं वाटलं, जखमेचा विसर पडला. आणि मग एक ओव्या लिहिलेला कागद विश्वासरावांच्या हातात पडला...

अखण्ड सावधान असावे अशा वृत्तीचे ते शिष्य... त्यांनी नुसत्या ओव्या दिल्या... अर्थ सांगितला नाही; नि टाकोटाक, मजलदरमजल महाराजांकडे जावयास सांगितले...

विवेके करावे कार्यसाधन
जाणार नरतनु हे जाणोन
पुढील भविष्यार्थी मन
रहावेचि नये।।१।।

चालो नये असन्मार्गी
सत्यता बाणल्या अंगी
रघुवीरकृपा ते प्रसंगी
दासमाहात्म्य वाढवी।।२।।

रजनीनाथ आणि दिनकर
नित्यनेमे करिती संचार
घालताती येरझार
लाविले भ्रमण जगदीशे।।३।।

आदिमाया मूळ भवानी
हेचि जगाची स्वामिनी
येकांति विवेक धरूनी
इष्ट योजना करावी।।४।।

विश्वासराव तुफान वेगात निघाले. जाताना कधी एकदा राजगड गाठतो असे त्यांना झाले होते....

घोडा तुफान वेगात दौडत होता... दूरवर राजगड दिसत होता.. तरीही तो बराच दूर होता. काही करून लवकरात लवकर राजगड गाठणे... एकच ध्येय, एकच लक्ष्य...

एवढ्यात घोड्याच्याही लक्षात आले नाही नि अखण्ड सावधान असलेल्या विश्वासरावाच्याही ते लक्षात आले नाही. कसे येणार? तिथे एक खड्डा होता पण खड्ड्यावर गवत वाढवले होते, कसे पसरवले होते की ते कुणाच्याच लक्षात येणार नाही.

आणि बेफाम घोडा एकदम अडला... कोसळला... अडखळला...

धिप्पाड विश्वासराव घोड्यावरून खाली आले. चांगलाच मुका मार बसला,

पण ते झटपट उठलेच. तेवढ्यात ८-१० बुरखाधारी व्यक्तींनी त्यांच्यावर झडप घातलीच... पण विश्वासराव काय कच्च्या गुरूचा चेला होता? त्याही स्थितीत त्याने दोघांना पाणी पाजून आडवे झोपवलेच; दोघांना उचलून दूर फेकून दिले...

पण बाकीच्यांनी जखमी विश्वासरावाला पकडले, घोड्यावर आवळले - विश्वासरावाचा आता मात्र निरुपाय झाला. पण जे जे होईल ते ते पाहावे - या वृत्तीने तो धैर्यानं आल्या प्रसंगाला तोंड देऊ लागला.

''काय रं, गुमान, काय करीत व्हतास इथं?''

''कशापायी एवढ्या जोरात घोडा दवडितो आहेत?''

''तुझं काईबाई रहस्य दिसतीया...''

विश्वासरावावर प्रश्नांची सरबत्ती सुरू झाली. पण विश्वासराव ''हूं की चू' नाही! बळाचा प्रयोग विश्वासरावांवर यशस्वी होणार नाही, हे त्या बुरखेवाल्यांनी ओळखलं.

''थांब, आमच्या महाराजांकडेच नेऊन घालतो तुला! मग चट बोलशील पोपटावाणी...''

विश्वासराव चमकला. महाराज म्हणजे आपले शिवाजीमहाराज तर नव्हेत? त्याही स्थितीत एक हास्याची लकेर चेहऱ्यावर उमटून गेली!

''हसतोय काय? निगरगट्ट कुठचा?'' त्या निबिड अरण्यातून मार्ग काढीत काढीत घोडेस्वार राजगडाच्या पायथ्याशी झाले. जखमी विश्वासरावाला असह्य वेदना होत होत्या. पण त्या साऱ्या त्यानं धैर्यानं मुखातून चकार शब्द उमटू न देता, सहन केल्या. शिवाजीमहाराज पायथ्याशीच मुक्कामाला आले होते. तिथून ते लवकरच खेडशिवापुराकडे जायला निघणार होते. एवढ्यात त्यांना कळलं की कोणाला तरी पकडून आपल्या स्वारांनी आणलेलं आहे नि ते स्वार आपली भेट मागतायेत....

दोन खांबांच्या मध्ये विश्वासरावास बांधले होते. जवळच एक कडाडणारा चाबूक होता. पण विश्वासराव अभंग धैर्यानं उभाच होता. तो एका क्षणात स्वतःची सुटका करून घेऊ शकत होता-

''महाराज, मी तुमचा हेर नव्हं!'' असं म्हणून! पण हेरांना तशी शिकवणच होती की महाराजांविना कुणालाही कळता कामा नये की हे महाराजांचे हेर आहेत म्हणून!

सपकन चाबूक कडाडला, रक्त काढूनच बाहेर आला, पण विश्वासराव आपला स्थिर तो स्थिरच! त्याचं हे अलोट धैर्य बघून सगळेच स्तंभित झाले.... डोळ्यांतली निश्चयी तिरीप काही बोलू इच्छित होती... पण मुद्दाम बोलत नव्हती.

चतुर महाराजांनी त्याच्या त्या निश्चयी डोळ्यांतली ती दृढनिश्चयी तिरीप पाहिली नि ते एकदम म्हणाले-

"थांबा, एकदम सारं काही थांबवा!" एकदम शांतता पसरली. आपला श्वासोच्छ्वास प्रत्येकाला ऐकू येऊ लागला.

महाराज म्हणाले, "मी याची चौकशी करणार आहे, तुम्ही सारे जरा दाराबाहेर उभे राहा!"

सर्वजण दाराबाहेर दूर गेले आणि एकदम विश्वासरावाला कडकडून मिठी मारीत महाराज म्हणाले,

"अरे, तू विश्वासराव नानाजी दिघे तर नाहीस ना? तीच तिरीप, तोच निश्चय! माझी कधी चूक होणार नाही! पण विश्वासराव, काय बरोबर वेषान्तर केलंयस, मला माझ्या हेराला ओळखता आले नाही. शाब्बास, मर्द आहेस."

"अरे संतोजी, इकडे ये. विश्वासरावाच्या सर्व जखमांना आपल्या खास राजवैद्यांकडून औषध लावून उपचार करा, एक हजार मोहरा त्यास बक्षीस द्या. वीर, शूर, मर्द आहे पठ्ठा! आपण हेर आहोत, याचा आम्हांलाही पत्ता लागू दिला नाही."

महाराजांच्या या प्रोत्साहक शब्दांनीच विश्वासरावाच्या साऱ्या जखमा भरून आल्या आणि राहिलेल्या वर्षानुवर्षे साठवून ठेवलेल्या त्या तुपानं!

आणि मग विश्वासरावानं जीवापलीकडं जपून ठेवलेला तो कागद महाराजांच्या स्वाधीन केला. क्षणार्धात त्या कागदाचा अर्थ महाराजांच्या लक्षात आला; आणि समर्थांबद्दल त्यांना परम धन्यता वाटली. श्रीसमर्थांच्या दिशेने हात जोडून त्यांनी तो कागद मस्तकी धारण केला. प्रत्येक ओवीचे पहिले अक्षर घेतले की एक महत्त्वपूर्ण राजकीय संदेश तयार होत होता.

"समर्थ, आपली कृपादृष्टी मजवर आहेच. प्रभू श्रीरघुनाथची कृपा जालियावरी कळिकाळाचे भय नाही."

हा समर्थनिरोप आणणाऱ्या समर्थ विश्वासरावाचंही अपार कौतुक वाटल्याविना महाराजांना राहवलं नाही.

आणि मग महाराजांचा काहीएक गुप्त संदेश, निरोप घेऊन विश्वासराव निघाला. ताबडतोब मलवडी - फलटण भागात जाऊन अफजलखानाच्या खास गोटातली बातमी काढायची असा मनसुबा ठरला होता.

रातोरात विश्वासरावाने मलवडी गाठली. लांब तिकडे माळावर छावणी पडली होती त्या राक्षसी सैन्याची. अबब, ही घोड्यांची रांगच रांग, ही वैरणीच्या

गाड्यांची रांग तर अर्धा कोस होईल. लखलखीत भाले वा तलवारी हाती घेतलेले हे क्रूर मुद्रेचे भयाकारी सैनिक एकेकच हातावर उभे केले तर किती तरी कोस नव्हे नसरापूर ते राजगड भरतील का? छ्या! राजगडाजवळ तर शत्रू पोचता कामा नये. मग महाबळेश्वर ते प्रतापगड असं हे सैन्य सहज उभं राहू शकेल... हो, आणि मग त्या भीषण दऱ्याखोऱ्यात, जावळीच्या अरण्यात कापून काढता येईल, मागं नव्हतं एकदा शिर्के नि शंकरराव मोरे यांनी मलिक उत्तुजारचं सैन्य कापून काढलं होतं, बस्स तसंच!

खानाचं ते कुणाच्याही उरात धडकी भरवणारं असंच ते सैन्य होतय. कुणीही दचकलाच असता, घाबरला असता नि स्वराज्य सोडून सरळ अफजलखानाचा पक्ष गाठून स्वत:चं कोटकल्याण साधावं असंच कुणालाही वाटलं असतं! आणि तसं वाटलेलं काही लोक त्या अफजलखानाच्या छावणीत दिसत होतेच. त्या तंबूकडे विश्वासरावानं तिरस्कारानं दृष्टिक्षेप टाकला. एवढी भयंकर छावणी बघूनही विश्वासरावाच्या मनावर कसलाच परिणाम झाला नव्हता, की छातीचे ठोके वाढले नव्हते. तो अगदी शांत तितकाच सावध होता.

कुणाच्या ध्यानात येणार नाही अशा रीतीनं त्याने डोईला मुंडास चढविलं. शेतकरी पोषाख त्याला शोभून दिसू लागला. इतकंच नाही तर आता चेहऱ्यावर आणलेला बावळटपणाचा भावही हुबेहूब होता. डोईवर वैरणीचा भारा घेतला नि सरळ त्यानं छावणीचा रस्ता धरला.

चौकीवर त्याला अडवलंच. पण बेमालूम मारलेली थाप मस्तपैकी पचली.

"अवं, नाईकजीराजे पांढऱ्यांकडे चाललोय. त्यांच्या घोड्यांना, बैलांना गवत नको? अवं परवा आग लागल्यामुळे त्यांच्याजवळ बैलांना, घोड्यांना घालायला वैरण नाही..."

थाप पचली. नाईकराजांच्या गोठ्याला आग लागली होती. ही बातमी सर्वदूर झाली होती. पण आग कशी लागली हे गूढच होतं. कुणालाच पत्ता लागला नव्हता. पहारेकऱ्यांना काय माहीत की ज्याला आपण आता आत सोडलं त्या बावळट दिसणाऱ्या शेतकऱ्याचाच तो उद्योग होता. काम कसं त्यानं पद्धतशीरपणे केलं होतं. आता शिरायचं निमित्त त्यानं बरोबर मिळवलं होतं.

कुणालाही संशय न येता आत प्रवेश तर झाला. त्याची दृष्टी सर्वत्र भिरभिरत होती. अफजलखानाच्या शामियान्याभोवती अतिशय कडक पहारे होते. तिथपर्यंत पोहोचणंच मोठं कठीण होतं. पण विश्वासरावाला काहीच अशक्य वाटत नव्हतं. एवढ्यात....

एवढ्यात, मोठा गलका झाला, आरडाओरडा, पळापळ, धावाधाव, किंकाळ्या... पाठलाग, फटकाऱ्यांचे आवाज हवेत ऐकू येत होते. काय झालं तरी काय? नि कळलं...

चहूबाजूंनी यावनी हशम दौडत येत होते. काहींनी विश्वासरावाला गराडलंच... आता विश्वासरावाला जगायचं होतं, लढून जखमी व्हायचं वा मरायचं नव्हतं. थोड्याशा लुटुपुटीच्या प्रतिकारानंतर तो यवन सैनिकांच्या तावडीत सापडला. त्याच्याबरोबरच एका गवळ्यालाही पकडलं होतं. बिचारा अगदी भेदरून गेला होता. असली कधी सवय नव्हती त्याला.

छावणीत दूध विकावं नि चार पैसे कनवटीला लावावे एवढाच त्याचा माफक उद्देश होता...

असे अनेकजण पकडून एका तंबूत आणले होते.

कारण कळेना... मग कारणही कळलं. अफजलखान असं मधनंमधनं करीत असे. नवीन मुक्काम पडला की एखाद्या विशिष्ट वेळी छावणीत आलेल्या नि बाहेरच्या सर्व मराठ्यांना पकडण्याचा हुकूम सुटे. न जाणो एखादे वेळी वेषान्तर करून तो लबाड शिवाजीच छावणीत यायचा. या शिवाजीचा मनातल्या मनात त्याने चांगलाच धसका घेतला होता. म्हणूनच हा लोकांना धरण्याचा त्याचा प्रयोग चालू असे. कसून चौकशी चाले. यवनांचीच ती छावणी! मारहाण, बाटवाबाटवीचे प्रकार तिथे चाले!

रात्र झाली! पकडलेले लोक पेंगुळले होते. बिचारे बावरून गेले होते.

विश्वासराव कमालीचा सावध होता. पहारा बदलण्याची वेळ झाली होती. एक सैनिक मशाल घेऊन सगळ्या बंद्यांना निरखीत चालला होता.

विश्वासरावानं कधीच आपला हात दोरातून सोडवून घेतला होता. झोपेचं सोंगही असं वठलं होतं की बस्स!

त्या मशालधारी सैनिकास कल्पनाही नव्हती. एवढ्यात त्याची गठडी पद्धतशीर वळली गेली. दोन्ही हात त्याच्या तोंडावर ठेवून त्याला बाहेर अंधारात खेचले नि बरोबर सदैव असलेल्या विशिष्ट झाडपाल्याने त्याला गुंगी आणली. भराभरा त्याचा वेष आपल्या अंगावर त्याने चढवला, आपला वेष त्याच्या अंगात घालून त्याला त्याने बंद्यांच्या रांगेत आणून झोपविले नि पावलांचा आवाजही उमटू न देता कसं दौडावं, याचा खास सराव त्यानं कित्येक दिवस केला होता. शामियान्याभोवती चौफेर करोल पहारा चालू होता. अंधारातही त्या कोऱ्या करकरीत संगिनी चमकत होत्या. अफजलखानाची ती कडेकोट व्यवस्था, तो भयजनक दरारा बघून महाराजांचं

आता निश्चित तळपट होणार असंच बहुतेकांना वाटत होतं. पण विश्वासरावांना मात्र तसं मुळीही वाटलं नाही. श्रीकृपेने, आपल्या क्रांतदर्शी प्रतिभेने आणि अचाट सामर्थ्याने महाराज या संकटाला निश्चितच यशस्वीपणे उधळवून टाकतील, असा त्याचा दृढ विश्वास नव्हे श्रद्धा होती.

अफजलखानाच्या शामियान्याच्या चारी बाजूंना कडक पहारे होते. पण एका चिंचोळ्या जागी एकच सैनिक उभा होता...

विश्वासरावाने एक खडा अंधारात फेकला नि विश्वासरावाचाच तर्क बरोबर ठरला... तो अतिसावध सैनिक त्या अंधाराच्या दिशेने पुढं सरल्याबरोबर अतिशय चपळाईने त्याच्या डोक्यावरच विश्वासरावाने असा सणसणीत प्रहार केला की...

ते धूड बेशुद्ध होऊन कोसळणार एवढ्यात विश्वासरावानं त्याला वरचेवरच हात देऊन नीट झोपवलं. नाहीतर ह्या धिप्पाड सैनिकाच्या खाली पडण्याचा निश्चितच आवाज झाला असता.

लगेच त्याची ढाल-तलवार नि त्याचा कीमॉश घालून शामियान्याभोवती विश्वासरावाचा पहारा सुरू झाला.

कान टवकारले गेले- शामियान्याच्या अन्तर्भागातून शब्द उमटत होते.

''उसको पकडकर... बीजपूर... या उसको मारके....''

मागचं पुढचं काहीच ऐकू येईना. पण जे ऐकू येत होतं त्याचा अर्थ तीक्ष्ण बुद्धी, विश्वासरावाच्या झटकन लक्षात आला. आता त्याला तेथे थांबवेना. शीळ घालीत विश्वासराव ऐटीत पागेत आले, नि एका मोतद्दाराला म्हणाले,

''यार, दोस्त, छुट गया उस पहारेसे. बहुत थक गया हूँ, यार एक घोडा तो दे दो... जरा सैर करके दिमाग ठिकाने लाता हूँ. तुझको भी कुछ खानेके लिए या पीनेके लिए लाता हूँ...''

मोतद्दार हे ऐकूनच खुश झाला. सकाळी सकाळीच प्यायला मिळणार.... त्या हर्षभरात एक तेज घोडा सोडून कधी त्याने विश्वासरावाच्या हाती दिला ते त्यालाही कळलं नाही...

विश्वासरावानं टांग मारली - त्या गडद अंधारात तो बरोबर खेड शिवापुराकडे वळला... मनात एकच गुंगत होते-

''महाराज, सावध, सावध दुष्ट बुद्धीने प्रवर्तित होऊन महिषासुर येत आहे. सावध... श्रीभवानीचे नाव घ्या, नि तुटून पडा त्याच्यावर....

□□

शिवबाचा विश्वासू सहकारी : संभाजी कावजी

संभाजी कावजी! खरोखरच हे भारदस्त नाव ऐकले की असा भास व्हावा जणू, धिप्पाड, धडाडीचा, शत्रूचा खिमा करणारा एक मर्द गडीच आपल्या समोर मर्दानी थाटात उभा आहे.

भास का? संभाजी कावजी कोंढाळकर हा खरोखरच अशा अचाट साहसाचा शूर सैनिक होता.

१० नोव्हेंबर १६५९ ची घटना.

अफझलखान - भेटीचा हाच तो सुप्रसिद्ध दिवस. महाराजांनी आपल्याबरोबर अत्यंत धाडसाचे अत्यंत बलवान, लढाईच्या डावपेचात अत्यंत तरबेज आणि सर्वात महत्त्वाचे म्हणजे अत्यंत विश्वासू असे दहा वीर निवडले होते. ते महाराजांबरोबर भेटीच्या ठिकाणाजवळ येणार होते. ह्या दहाजणात निवड होणे म्हणजे कठीणच गोष्ट! आणि त्यांच्यातच संभाजी कावजी निवडला गेला. ह्यातच त्याचे मोल जाणून घ्यावे.

महाराजांची आणि खानाची भेट झाली मात्र!... खानाने दगाबाजी केली, आणि महाराजांनी बिचव्याचे तीक्ष्ण पाते त्याच्या पोटात खुपसले. आतडी बाहेर आली, पण त्या धिप्पाड खानाने ती आतडी हाताने सावरली व तो शामियान्याच्या बाहेर त्याच स्थितीत पडला. त्याने पालखीत अंग टाकले. भोयांनी पालखी पळवायला सुरुवात केली. संभाजी कावजीने हे पाहिले आणि तो धावलाच तिकडे. त्याने सपासप् घाव घालून भोयांचे पाय छाटून टाकले. आणि खानाचे मुंडके हातात घेऊन महाराजांकडे धावत आला.

थोडी अगोदरची हकिकत. शिवबाच्या स्वराज्याचा उद्योग ऐन रंगात आला होता. प्यादी भराभर पुढे सरकत होती. जावळीच्या मोऱ्यांनी स्वराज्यात सामील व्हावे अशी महाराजांची अत्यंत इच्छा होती. पण कसले काय! जावळीकरमंडळी अति उर्मट. महाराजांनाच दुरुत्तरे करू लागली. ''आमच्याशी उपाय कराल तर अपाय होईल, यश न घेता अपयशास पात्र होऊन जाल, जावळीस येणारच तर यावे. दारूगोली महझद आहे.'' अशी अत्यंत उर्मट उत्तरे त्यांनी महाराजांना दिली. बरे जावळीचा मुलुख अतिबिकट. भोवतीं प्रचंड डोंगर, खाली खोल दरी. किर्रर झाडी, भयंकर श्वापदे. मोऱ्यांची प्रचंड फौज. त्यामुळे जावळीचा मामला फारच कठीण होऊन बसला होता. एवढा मोठा शूर अफजलखान, पण जावळीच्या मुलखात शिरणे त्याच्याही जिवावर येई.

शेवटी महाराजांनी संभाजी कावजी आणि अन्य सरदारांना फर्मविले, "मोऱ्यांना मारून जावळी काबिज करा!" संभाजी कावजी, कान्होजी हैबतराव, रघुनाथपंत ह्यांनी पराक्रमाची खरोखरच शर्थ केली. खुद्द संभाजी कावजी कोंढाळकरांनी हणमंतराव मोऱ्याला ठार केले पार पराभव केला. जावळी हस्तगत केली. ह्या पराक्रमामुळेच प्रतापगड, रायगड ह्यांसारखे किल्ले महाराजांना मिळाले. अफझलखानाशी त्यांना लढता आले.

अफझलवधाचा दणका बसला आणि मोगलदरबार हादरला. अक्षरशः गलितगात्र झाला! स्वराज्याची हवा दररोज एका नव्या किल्ल्यावर खेळू लागली. स्वराज्य सबल तसेच समृद्ध होऊ लागले. संभाजी कावजीसारख्या नरवीरांचा प्रसंगावधानी पराक्रम त्या मागे उभा आहे.

❑❑

परमसाहसी कोंडाजी फर्जंद!

पन्हाळा हवा! पन्हाळा हवा! काय करावे? महाराज पन्हाळ्यासाठी अतिशय कष्टी झाले होते. विरही झाले होते! कोण बरं मर्द पन्हाळ्यावर चालून जाईल आणि पन्हाळा हस्तगत करील? पन्हाळ्याच्या अवघड खोडी सर्वांनाच माहीत होत्या. केवढा मोठा औरस चौरस तो प्रचंड पन्हाळगड! अफजलखान वधानंतर अवघ्या अठराव्या दिवशी महाराजांनी पन्हाळा जिंकला. हां हां म्हणता पन्हाळा काबीज केला. पन्हाळ्यावर भगवा झेंडा बुलंद फडकू लागला. ऐन तोलामोलाचा पन्हाळगड स्वराज्यात दाखल झाल्यामुळे सर्वांनाच आनंद झाला. याच पन्हाळगडावरून महाराजांनी सिद्दी जौहरशी सामना केला होता. नंतर मात्र हा पन्हाळा विजापूरकरांना द्यावा लागला होता. एके दिवशी पन्हाळ्याचा वियोग असह्य होऊन महाराजांनी सरळ पन्हाळ्यावर चाल केली. पण अरेरे! जबरदस्त धक्का बसला. डाव फसला. एक हजार मराठे कापले गेले. महाराजांना हा अपमान जिव्हारी झोंबत होता. आणि महाराजांच्या डोळ्यासमोर एक मर्द जवान हिंमत बहाद्दर झटकन पुढे आला. काय त्याचे नाव! कोंडाजी! कोंडाजी फर्जंद! कोंडाजीसारखा धाडसी मनुष्य कोंडाजीच! दुसरी उपमाच नको. सागराला अन्य कशाची उपमा देणार? आणि महाराजांनी कोंडाजीला आज्ञा केली. पन्हाळगडाची जबाबदारी कोंडाजीवर टाकली. किती किती आनंद झाला कोंडाजीला. अत्यंत अवघड कामगिरीचा टिळा आपल्या भाळी लागला, याचा त्याला फारच अभिमान वाटत होता. महाराजांनी कोंडाजीचा सन्मान केला. सोन्याची कडी दिली त्याला. कोंडाजी

काम फत्ते करणारच या आशावादावर महाराजांनी कामगिरीआधीच कोंडाजीचा गौरव केला.

कोंडाजी निघाला. त्याच्याबरोबर गणाजी व मोत्याजीमामा खळेकर हेही होते. अण्णाजी दत्तो होते. काम फारच कसोटीचे होते. पूर्वीचा एक शर्थीचा प्रयत्न फसला होता. पण कोंडाजीला हा प्रश्न फारच सोपा वाटला. सुमारे अडीच महिने त्याची तयारी चालली होती. शेवटी ठरले तर मग, कोंडाजीने केवळ साठ मराठे आपल्याबरोबर घ्यायचे. एका मध्यरात्री अगदी अवघड वाटेने किल्ल्यावर चढून जायचे. कापाकाप करायची, किल्ला जिंकायचा आणि गडावर भगवा झेंडा फडकवायचा!

पण काय वेडेपणा हा? गडावर तर हजार दीड हजार फौज होती. शस्त्रसज्ज होती, आणि कोंडाजी केवळ साठ जणांना घेऊन गडावर चालून जाणार होता. काय सांगावे? त्याची हिम्मतच न्यारी होती. एका भयाण मध्यरात्री ही 'साठ भुते' एका भयंकर तुटलेल्या कड्यावरून चढू लागली. दिसत तर काहीच नव्हते. खरोखर तानाजी मालुसऱ्यांसारखेच साहस, साठजण वर पोहोचले आणि त्यांच्यातल्या एकाने कर्कश असा कर्णा फुंकला. कर्णा कशाला? तर साहसाची परमावधी झाली, कर्णा फुंकून शत्रूला जागे करावयाचे नि मगच त्याच्यावर हल्ला करावयाचा! केवढे हे धाडस! वाघाच्या गुहेत घुसावयाचे त्यास जागे करायचे आणि मगच त्याच्याशी झुंज द्यायची, त्यातलाच हा प्रकार! 'न भूतो न भविष्यति' असा भयंकर संग्राम सुरू झाला. एका बाजूला फक्त साठ, दुसऱ्या बाजूला कमीत कमी हजार-बाराशे! पण कोंडाजीच्या अन् त्याच्या सहकाऱ्यांच्या अंगी लाखाचे बळ होते. त्यांच्या तलवारींची हौस मनोमन फिटत होती. त्यांना भीती कशी ती वाटतच नव्हती. अमाप उत्साह, शौर्य, धैर्य, हिम्मत, साहस कोंडाजीचा तो पराक्रम पाहाताना खुद्द रणचंडीकेचे डोळे दीपले. कोंडाजीने किल्लेदारास ठार केले.

आणि मग काय! पाहता पाहता गड फत्ते झाला. इतिहासातील अपूर्व घटना झाली ही! अवघ्या साठांनी किल्ला जिंकला. खरोखर या माणसांचे मोल काय सांगू! महाराजांनी अशी अजिंक्य माणसे निर्माण केली म्हणूनच इतिहास घडला. राष्ट्र घडले. जय कोंडाजी!

❑ ❑

''सेवकास पालखी पावली''

गाफीलपणा! स्वातंत्र्य लढ्यात अतिशयच महाग पडणारा दुर्गुण! ''अखंड सावधानता हे स्वातंत्र्याचे मूल्य आहे'' असे उगाच का म्हटले आहे? समर्थांचा

"अखंड सावधान असावे" हा संदेश एकदा चुकून विसरला गेला आणि एक फार मोठी आपत्ती कोकण किनाऱ्यावर कोसळली.

त्याचे असे झाले... कुलाबा जिल्ह्यातील मुरुडजवळील जंजिरा किल्ला, म्हणजे खरोखर संपूर्ण भारतीय किनाऱ्यावरील अद्वितीय किल्ला! १७ बुरूज आणि बैलगाड्या सहज धावाव्यात असा रुंद तट. खरोखर अजिंक्य!

जंजिरा किती अजिंक्य होता याचे एकच प्रमाण सांगतो. तेराव्या शतकात मुसलमानी आक्रमणांच्या भयंकर लाटा अनेक प्रांतावर कोसळल्या. यादवांचे राज्य बुडाले, हळूहळू सारा महाराष्ट्र मुसलमानांनी पादाक्रांत केला. तरीही 'आशादीप दिसत नव्हता' असे म्हणणे बरोबर ठरणार नाही. एक प्रखर आशादीप आपल्या बुलंद तेजाने झळकत होता. हाच तो मुरुड जंजिऱ्याचा दुर्गम सागरी किल्ला. एक नाही दोन नाही, तर मुसलमानी अंमल आल्यानंतर १७५ वर्षे स्वातंत्र्याची ज्योत अविचलपणे जळत होती. सारा महाराष्ट्र परतंत्र झाला होता. पण या भूमिवरील एका तळहाताच्या नव्हे एका बोटाच्या आकाराचा मुरुड जंजिरा अजूनही स्वतंत्र होता. तेथे कोळी लोकांचे राज्य होते. कोळ्यांचे चिवट पराक्रमापुढे अनेक सुलतानांनी अक्षरश: हाय खाल्ली होती.

पण अरेरे! दुर्दैव उभे राहिले. एका दिवसाचा गाफीलपणा नडला. एके दिवशी पेरीमखान आणि त्याचे दोन सिद्दी नोकर गयावया करीत एतबारराव कोळी या अधिकाऱ्याला म्हणाले, "आम्हाला आश्रय मिळावा" आणि तसा आश्रय मिळाला. व्यापारी मंडळींनी आपले पेटारे आत आणले. आतल्या कोळ्यांना दारू पाजली आणि... सांगावयास पाहिजे असे नाही. पेटाऱ्यातून १७७ सिद्दी लोक बाहेर पडले आणि हा ताठ उभा राहिलेला जंजिरा परतंत्र झाला. (इ.स. १४९०)

याच सिद्दींनी कोकण किनाऱ्यावर अनन्वित अत्याचार केले. लूटमार करणे, बायकापुरुषांना पळवून नेणे असे कितीतरी त्यांचे उद्योग चालू होते. महाराजांचे प्रारंभापासूनच तिकडे लक्ष होते. हा सिद्दी समुद्रात कायमचा बुडविल्याविना त्यांच्या मनाला स्वस्थता लाभणार नव्हती. महाराजांनी अनेक मोहिमा केल्या. सिद्दींना हैराण करून सोडले. सिद्द्यांच्या ताब्यातील फार मोठा प्रदेश हस्तगत केला. पण अजून मुरुड जंजिरा काही ताब्यात येईना. शेवटी एकदा मोरोपंतांनी प्रचंड मोहीम काढली. सागर घुसळून निघू लागला, तोफांचा गडगडाट सुरू झाला, पण उपयोग होईना. शेवटी पंतांच्या मनात एक धाडसी विचार स्फुरला. तटाला शिड्या लावाव्यात आणि सरळ वर चढून कापाकाप करून किल्ला जिंकावा, या शिड्या होड्यांमध्ये उभ्या कराव्यात. पण हे भयंकर

धाडस करणार कोण तोफांच्या माऱ्यात?

शेवटी लाय पाटील नामक धाडसी मर्द हिरीरीने उभा राहिला. हा सोनकोळी होता. अष्टागरातील कोळवाडीचा रहाणारा. मध्यरात्र झाली, काळाकभिन्न अंधार पसरला. अथांग दर्या पसरलेला! समोर तो मजबूत जंजिरा उभा होता. ५७२ तोफा पहारा करीत होत्या. वातावरण मोठे भयानक होते. शत्रूला अजिबात संशय येता कामा नये! मध्यरात्र झाली. त्या भयाण वातावरणात आपल्या साहसी निष्ठावंत सहकाऱ्यासह, वरच्या हबशांच्या मुळीच लक्षात न येता आपल्या होड्या जंजिऱ्याच्या दिशेने हाकारल्या. मृत्यूच्या दाढेतच जाण्याचे साहस होते. पण ती महाराजांची माणसे होती ना? त्यांना मृत्यूची पर्वाच काय? आणि शेवटी ही सर्व माणसे बरोबर अचूक जंजिऱ्यांच्या तळाशी, तटाशी जाऊन पोहोचली. त्या धाडसी मर्दांनी जणू त्या मृत्यूच्या दाढेतच जणू होड्यांमध्ये शिड्या उभ्या करून तटाला लावल्या. प्रत्येक क्षण धोक्याचा होता. कधी काय होईल, सांगता येत नव्हते. खरोखर लाय पाटलाचे धाडस विलक्षण होते. वरून तोफ सुटली तर? गोळी सूं सूं करीत आली तर!

यानंतर काय घोटाळा झाला तो इतिहासाला अजूनही कळला नाही. या नंतर हजार-बाराशे सैनिक येऊन त्या शिड्यावरून चढून जाणार होते. पण ते का आले नाहीत ते कळले नाही. उष:काल झाला. उजेडात ही युक्ती शत्रूला कळणार होती म्हणून लाय पाटलाने निरुपायाने शिड्या काढून घेतल्या, तो परतला. त्याचे हे अजब धाडस बघून महाराजांना अत्यंत आश्चर्य वाटले. महाराजांनी त्याला पालखी देऊ केली. पण अत्यंत नम्र असा लाय पाटील म्हणाला, "सेवकाला पालखी पावली" धन्य धन्य! मग महाराजांनी कौतुकाने एक गलबत त्याला बक्षीस दिले. आणि त्या गलबताला नाव ठेवले 'पालखी.' त्याला लाय पाटील हा किताब दिला.

❑ ❑

'असह्य प्रदेशातील' अजिंक्य पुत्र!

खरोखर सह्यप्रदेश म्हणजे 'असह्य प्रदेश' हे विधान अगदीच सार्थ आहे. सह्याद्री म्हणजे सह्याद्रीच.एकच उदाहरण सांगतो ह्या सह्याद्रीच्या नि त्यावर विश्वासणाऱ्या त्याला न विसरणाऱ्या मराठ्यांच्या पराक्रमाचे. करामतीचे!

सुलतानाच्या क्रूर अमलाखाली महाराष्ट्र अक्षरश: भरडून निघत होता. पण कोकणातले काही किल्ले अजूनही स्वतंत्र होते. कारण त्यांच्या स्वातंत्र्याची हमीच

जणू अवघड अशा सह्याद्रीने घेतली होती. सुलतानी अंमल सुरू होऊन जवळ जवळ दीडशे वर्षे झाली होती. तरीही हे किल्ले आपल्या अभंग आणि अजिंक्य धैर्याने स्वातंत्र्याचा ध्वज फडकावीत उभेच होते. एकदा चिडून जाऊन एक क्रूरकर्मा बहमनी सरदार मलिक उत्तुजार आपल्याबरोबर दहा हजाराचे प्रचंड सैन्य घेऊन हे किल्ले जिंकायला निघाला. यात तीन हजार केवळ अरबी घोडेस्वार होते. फारच मोठी आणि जीवघेणी स्वारी होती ही. यावेळी कोकणात शिर्के नामक एक प्रख्यात घराणे सह्याद्रीच्या जोरावर बळ धरून होते. आणि खेळणा तथा विशाळगड येथे शंकरराव मोरे हाही बलाढ्य सिंह मोठ्या हिम्मतीने वावरत होता. शिर्के आणि मोरे अतिशय शूर होते. सह्याद्रीचे महत्त्व त्यांनी बरोबर ओळखले होते. त्यांनी सह्याद्रीचा आसरा घेतला होता, म्हणूनच सह्याद्रीने त्यांना आसरा दिला होता. मलिक उत्तरजार शिर्क्यांवर चालून आला. पण शिर्के अतिधूर्त. ते लगेच मलिकला शरण आले. मलिक त्यांना बाटवू पहात होता. झटकन् शिर्के म्हणाले, "ठीक आहे, पण खेळण्यावरील शंकरराव मोऱ्याला प्रथम बाटवू आणि मग आम्ही आहोतच तयार!"

हे ऐकून मलिक खूष झाला. त्याला शिर्क्यांचे म्हणणे एकदम पटले. शिर्क्यांनी आपल्याबरोबर शूर मराठी सेना घेतली नि ते सारे खेळण्याच्या दिशेने निघाले. हळूहळू मलिकला सह्याद्रीच्या उग्रतेचे चटके बसू लागले. शिर्क्यांनी दाखवलेली वाट इतकी भयाण होती की कासीम फेरिश्ता म्हणतो, "त्या अरण्यात एखादा शूर वाघही घाबरून जावा. ते भयंकर पर्वत बघून राक्षस आणि पिशाचेही घाबरून जावीत. यातला वाराही अगदी जणू विषाक्त झाल्यासारखा वाटत होता. जिकडे तिकडे गगनचुंबी पर्वत! धड चालता येईना! त्यातच मलिकला रक्ती हगवण लागली. आणि अजून तो खेळणागड टप्प्यातही येत नव्हता."

मलिकचे सैन्य अगदी मेल्यासारखे होऊन विश्रांतीसाठी जमिनीवरच पडून राहिले. एवढ्यात इकडे शिर्के खेळण्यावर पोहोचले सुद्धा. आणि त्यांनी शंकरराव मोरे यांना सांगितले, "चल सारी शत्रूची फौज अगदी तुझ्या तावडीत आणून सोडली आहे. चल लवकर..." शंकरराव मोरे ताबडतोब प्रचंड सैन्य घेऊन निघाले. आणि एका रात्री... फरिश्ता म्हणतो, "अशा या पराधीन आणि दुर्बळ स्थितीत मलिकाच्या सेनेला कट्यारी आणि तलवारींनी मराठ्यांनी कापून काढले. बड्या बड्या पाचशे सय्यदांसह व साडेदहा हजार शिपायांसह मलिक ठार झाला. त्यावेळी वारा एवढा भयंकर सुटला होता की त्या सैनिकांनी मारलेल्या किंकाळ्यासुद्धा कोणाला ऐकू आल्या नाहीत."

दिवस उजाडायच्या आत शंकरराव मोरे त्या सैनिकांसह निघूनही गेला. (इ. स. १४५३) शाब्बास! शाब्बास! त्या शंकरराव मोऱ्यांची आणि शिर्क्यांची! हाच तो गनिमी कावा! या काव्यामध्ये. शहाजीराजे आणि शिवाजी निष्णात होते. त्यांच्या या रणनीतीकडे परत कधीतरी बघू.

❑ ❑

स्वराज्याला शुभशकुन करणारा 'सुभान मंगळ'

कावजी मल्हार खासनीस, गोदाजी जगताप, भीमाजी वाघ, संभाजी काटे, भिकोजी चोर, शिवाजी इंगळे, भैरोजी इंगळे ही नावे आज शालेय विद्यार्थ्यांनाच काय, पण अनेकांना माहीत नाहीत. सध्याच्या स्वत्वशून्य इतिहासात स्वत्व निर्माण करणारे, हे स्वाभिमानी वीर खरोखर चिरस्मरणीय आहेत. शिवाजीमहाराजांच्या काळी लिहिले गेलेले पहिले स्वातंत्र्याचे पान या वीरांच्या नावांनी धन्य झालेले आहे. या वीरांनी आपल्या कर्तृत्वाचा ठसा अक्षयपणे त्यावर उमटवून ठेवलेला आहे.

१६४८ चा सुमार! बालशिवबाचा स्वराज्याचा डाव ऐन रंगांत आला असतानाच घात झाला. दगाबाजीने शहाजीराजांना पकडण्यात आले. महाराजांचे थोरले बंधू संभाजीराजे यांच्यावर विजापुरी सेना चालून गेलेल्या, आणि अशातच बालशिवबावर एक असुरी फौज चाल करून आली. शिवाजीमहाराजांच्या स्वराज्य प्रयत्नांचे समूळ निर्मूलन करावयाचे, असा त्यांचा राक्षसी डाव होता. फत्तेखानाने बेलसर ताब्यात घेतल्याबरोबर बाळाजी हैबतराव याला शिरवळ येथे पाठविले व शिरवळचा किल्ला जिंकला. महाराज आणि त्यांचे छोटे छोटे सवंगडी यांच्या दृष्टीने हा क्षण फारच आणीबाणीचा होता. खान तर स्वराज्यात घुसायला टपलाच होता. नुकतेच सुरू झालेले स्वराज्य जगणार की मरणार, असा भीषण प्रश्न समोर दिसू लागला. पण कोणी डरला नाही, हटला नाही, हरला नाही, की दचकला नाही. खानाशी लढायचेच असा त्यांनी आपला दृढ निश्चय प्रकट केला. शिरवळवर चालून जायचे न बाळाजी हैबतरावाचा पराभव करून ते जिंकायचे असा बेत ठरला. भराभरा गडी निवडले गेले.

हा कावजी मल्हार खासनीस! त्याच्या रणचापल्याचे आणि रणकौशल्याचे वर्णन करावे तेवढे थोडे. गोदाजी जगतापाबद्दल तर बोलायलाच नको! त्याच्या सारखा शूर तोच! भीमाजी वाघ हा आणखी एक वीर. खरोखर अचाट शक्ती आणि बळ होते त्यांच्या ठिकाणी. संभाजी काटे असाच शूर धाडसी जवान होता

आणि शिवाजी इंगळे हा तर आपल्या उत्कृष्ट तलवारबाजीबद्दल फारच प्रसिद्ध होता. शिवाय यांच्यात दोघे सख्खे बंधू होते, भिकाजी चोर आणि भैरवजी चोर. शत्रूच्या काळजाचा थरकाप होईल अशी होती त्यांची किमया. तानाजी, बाजी, येसाजी, मुरारजी या साऱ्यांची नावे इतिहासाला पाठ आहेत. पण स्वराज्यासाठी लढलेल्या अगदी पहिल्या लढाईत ज्यांनी अगदी आत्मविश्वासाने अगीसारखा पराक्रम करून शत्रूला चारीमुंड्या चीत केले, महाराजांचा विजयध्वज आकाशात फडकविला, त्या वर दिलेल्या अप्रसिद्ध वीरांचे विस्मरण आपण कधीही होऊ देता कामा नये.

तर हे सारे वीर शिरवळच्या दिशेने निघाले. त्यांचा आवेश कमालीचा उग्र होता. स्वराज्यासाठी लढली जाणारी ही पहिली लढाई आहे, तेव्हा तीमध्ये अपयश येताच कामा नये असा चंग त्यांनी बांधला होता. बाळाजी हैबतराव कसलेला योद्धा होता. पण मराठ्यांनी सरळ किल्ल्यावर चाल केली. ते किल्ल्याला बिलगलेच मुळी! तटावरून दगड-धोंडे, नांगर, चाक, पलिते, उखळे, मुसळे यांचा मराठ्यांवर नुसता वर्षाव होत होता. तरी किल्ल्याला शिड्या लावून मराठे वर चढू लागले कावजीने तर किल्ल्याचा दरवाजाच पाडून टाकला. चांगलीच लढाई जुंपली मग आत! मराठ्यांनी पराक्रमाची शर्थ चालविली होती. शेवटी कावजी आणि बाळाजी यांची गाठ पडली. दोघेही कसलेले योद्धे. पण कावजीच्या भाल्याचा घाव असा सणाणून पडला, की बाळाजी गतप्राणच झाला. ते पाहून आदिलशाही सेना पळतच सुटली. सुभान मंगळ किल्ला जिंकला गेला नि त्यावर भगवा ध्वज चढला. पहिल्या लढाईत सरशी करणाऱ्या नि पुढच्या लढायांचा मार्ग आखून देणाऱ्या या वीरांनी आपले नाव चिरस्मरणीय केले.

❑❑

शाब्बास रे रामाजी !

श्री छत्रपती शिवाजीमहाराजांच्या एकेका मावळ्याच्या शौर्याची, त्यागाची, देशभक्तीची कथा मोठी विलक्षण आहे. मरगळलेल्या काळात ती आपणास निश्चितच स्फूर्ती देईल. आपल्या मनात स्वाभिमान पराक्रम निर्माण करील.

नाशिक जिल्ह्यात कणेरा नावाचा एक गड आहे. तो फारसा प्रसिद्ध नाही पण त्याने घडविलेला इतिहास विलक्षणच आहे. अशा वीररसाने भरलेल्या गडांचे आपण अवश्यमेव दर्शन घेतले पाहिजे.

तर दिलेरखान हा केवढा प्रचंड सरदार, अत्यंत शूर, अत्यंतक कडवा,

विलक्षण साहसी. शिवाजीमहाराजांचे स्वराज्य बुडवायचेच असा निश्चय करून तो निघाला. त्याच्याजवळ प्रचंड सेना होती. बहुधा. चाळीस सहस्त्र असावी. ही पठाणी-मोगली आदी सेना पाहून कुणाचीही छातीच दडपावी. १६७१च्या शेवटी, १६७२च्या प्रारंभी घडलेला हा प्रसंग.

स्वाऱ्या करीत करीत दिलेरखान कणेरगडापाशी आला. हा किल्ला धोडपच्या किल्ल्याजवळच आहे. कणेर गडावर ती भयंकर वार्ता आली. दिलेरखान प्रचंड सेना घेऊन येत आहे. अहो, त्या महाभयानक दिलेरखानाने मागे पुरंदरला दिलेला वेढा सर्वांना माहीत होता. त्याचे शौर्य सर्वांना माहीत होते. आणि यावेळी तर कणेर गडावर केवळ हजारभर मराठी सेना होती. तिचा नायक होता रामाजी पांगेरे. अफजलखान वधाच्यावेळी जावळीच्या अरण्यात त्याने प्रचंड पराक्रम केला होता. तर हा शूर रामाजी आणि त्याचे शूर मावळे... कुणीही डरले नाही, कुणीही घाबरले नाहीत. दिलेरखान अफाट सैन्य घेऊन आला होता. पण मराठ्यांच्या चेहऱ्यांवर भीतीची सुरकुतीही नव्हती. त्यांचा शूर नेता रामाजी सर्वांच्या पुढे येऊन उभा राहिला. आणि मोठ्या जोशात म्हणाला,

निदान करणे महान!

❑❑

निघाले आज तिकडच्या घरी!

मार्गेसराचा महिना... लगीनघाई उडालेली आहे. पिवळी हळद उडत आहे. ठायीठायी वाजंत्री, सनई आदी मंगलवाद्यांच्या गजरात लग्ने साजरी होत होती. मराठी मुलुख गोड-धोड खाण्यात मग्न होता. नाहीतरी म्हटलेलंच आहे ना-सर्वसामान्यांना काय, मिष्टान्न मिळालं की ते प्रसन्न! नवीन लग्न झालेल्या मुली आपापल्या हक्काच्या घरी संसार थाटण्यासाठी निघालेल्या होत्या, आपापल्या नवऱ्यांचे संसार फुलवण्यासाठी तिकडच्या घरी निघालेल्या होत्या.

घोरपड्यांच्या गोदूताईचंही लगीन मोठ्या थाटात पार पडलं. वऱ्हाडांची केवढी मोठी गर्दी... अहो, लग्नच तसं होतं... साधंसुधं नव्हतं. इकडे शिवाजीमहाराजांचे नव्हे अगदी शहाजीराजांपासूनचे एकनिष्ठ सरदार कान्होजी नाईक जेधे यांचा नातू नागोजी नाईक जेधे हा वर म्हणून नेमस्त केलेला... प्रसिद्ध घोरपडे घराण्यातील गोदूताई हीस वधू म्हणून नेमस्त केलेले...

मोठ्या दणक्यात पार पडला हा लगीनसमारंभ. शिवाजीमहाराजांसाठी नि स्वराज्यासाठी तळहातावर शिर घेणारे, रक्ताचे पाणी करणारे, हाडांची काडं

करणारे कान्होजी नाईक जेधे म्हणजे का सामान्य व्यक्ती? केवळ कान्होजीच नाहीत तर सगळं घरच स्वराज्याच्या सेवेत होतं. कान्होजींचा पुत्र बाजी सर्जेराव जेधे तर महाराजांचा फार लाडका. लहान वयातच भीमपराक्रम करून त्याने महाराजांकडून कितीतरी पारितोषिकं मिळवली होती. तेव्हा कान्होजी नाईकांच्या नातवाच्या, बाजी सर्जेरावांच्या पुत्राच्या लग्नाला महाराज जातीनं उपस्थित राहणारच. मोठमोठे सरदार-दरकदार उपस्थित होते. लग्न कसं थाटात पार पडलं. असा सोहळा पूर्वी जेधे घराण्यात झालाच नव्हता. धन्य धन्य वाटलं सर्वांना!

उभयता नवरदेव-नववधू महाराजांच्या पाया पडण्यासाठी आली...अत्यंत देखणी दिसत होती ती दोघं! लगीनतेज काही वेगळंच असतं.

गोदूताईचं वय लहान असूनही ती खूपच हुशार! महाराजांच्या पाया पडताना तिला अगदी "आपण लई भाग्याचं" असंच वाटलं. तिला स्वत:चा अभिमान वाटला. हृदय आनंदातिशयानं भरून आलं. श्री शिवाजीमहाराजांनी त्या दोघांकडे अतीव स्नेहाळ दृष्टीने पाहिलं.

"बाळांनो सुखाचा, भाग्याचा संसार करा." त्यांची दृष्टी, त्यांची मधाळ दृष्टी आशीर्वाद देत होती.

शेवटच्या क्षणी महाराज उद्गारले "पोरी, नवरा तर भलताच चांगला, गुणवंत, बळवंत, लाखातला पटकावलास, पण पोरी..."

एकदम महाराजांचे डोळे किंचित पाणावले. पण ते दिसू न देता ते म्हणाले, "पोरी, तुझं दैव बलवत्तर पण तयारीत असलेलं बरं!"

गोदूताईला या अमृतशब्दांनी खूपखूप बरं वाटलं. प्रत्यक्ष महाराजांचे आशीर्वाद... पण "तयारीत असलेलं बरं" या वाक्याचा अर्थ मात्र तिच्या मनाला उमगला नाही, पण ते वाक्य मात्र मनात ठसलं हे निश्चित.

विवाहाचं सूप वाजलं आणि मग काय आनंदी आनंदच! सुखच सुख! वीर नागोजीच्या सहवासात ती स्वत:स विसरून गेली. धुंद धुंद वाटलं तिला. जणू आपण स्वप्नात तर नाही असंच तिला वाटत होतं. सुखाचे नवनवीन प्रकार तिच्या सेवेला उपस्थित होते. पूर्वी कधी न अनुभवलेलं हे अवीट सुख लुटताना ती जणू बेभानच झालेली होती. आठ घटकांचा दिवस तिला क्षणासारखा वाटत होता. त्या दोन घटकांची रात्र तिला एखाद्या निमिषासारखी वाटत होती... दिवस आणि महिने कापसासारखे भुरभुर उडून जात होते. हे सौख्य कध्धी, कध्धी संपू नये. हे स्वप्न भंगू नये. हे हृदयमिलन असेच चिरकाल राहू दे. असेच ती मनोमन प्रार्थित होती.

एवढ्यात... एवढ्यात नको ती वार्ता आलीच. रायगडाहून अतिशय वेगात कारी गावात फर्मान येऊन धडकलं जल्द अज जल्द आपल्या पथकांसह रायगडी येऊन दाखल व्हा. लवकरच कर्नाटकाच्या स्वारीसाठी प्रस्थान ठेवावयाचे आहे...''

आकाशीच्या विजेचा लोळच अंगावर कोसळतोय असा भास गोदूताईला झाला. त्या रात्री, वीरपती नागोजीच्या बाहुपाशात सुखावलेली गोदू, कितीतरी वेळ स्फुंदत स्फुंदत मूकपणे रडत होती. शब्द फुटत नव्हते. भावनांचा कोंडमारा झालेला होता. छोटासाच नागोजी... पण रणदेवतेचे निमंत्रण म्हणजे देवाचाच प्रसाद मानत होता. 'नाही' शब्दही निघणं अशक्य होतं. गोदूच्या मऊ, रेशमी, काळ्याभोर केशपाशातून बोटं फिरवीत तो तिची समजूत घालू पाहात होता... तिचे काळेभोर तेजस्वी डोळे नागोजीच्या डोळ्यात काहीतरी शोधत होते. 'डोळ्यात वाच माझ्या, तू गीत भावनांचे' असं तर तिला म्हणायचं नव्हतं ना?

''धनी, तुम्ही जाणार मला सोडून?''

''खुळी की काय? आत्ता संपेल ही कर्नाटक स्वारी! मग हा बंदा तुझ्या सेवेला आहेच की उपस्थित?''

''चला काहीतरीच!''

''अगं खरंच.''

''अवो कुठं ते कर्नाटक नि कुठं ही कारी, नकाच जाऊना!''

''असं कसं माज्या राणी!''

''ते बी खरंच आहे. नाही धनी जावा, जावा तुम्ही! आतापर्यंत जेध्यांनी कधी रणातून माघार घेतलीया नाही. प्रत्येक जेध्याला दोन बायका असतात, एक लग्नाची बायको अन् दुसरी तलवार!''

गोदूताईनं म्यान हातात घेतलं. नागोजीच्या कमरेला बांधलं. गोदूताईचा सुखद स्पर्श नागोजीच्या शरीरावर शिरशिरी उठवून गेला. तिचीही तीच स्थिती झालेली होती. अंगनअंग पुलकित झालेलं होतं. असं वाटलं, नागोजीला घट्ट धरावं. पण... पण गोदूताईनं मन आवरलं. राजगडच्या बालेकिल्ल्यासारखं कठोर केलं.

''जावा धनी जावा! सुखानं जावा. ही घोरपड्यांची लेक नि जेध्यांची सून गोदू तलवारीला कधीच नाही म्हणणार नाही. तलवार म्हंजी आपलं मराठ्यांचं दैवतच नव्हं का? त्या दैवताच्या बलावण्याला नाही म्हणायचं नसतं. जा माझ्या राजा, सुखानं जा! श्रीनागेश्वर महादेवाच्या पाया पडा. श्री भवानीचा आठव करा. आणि महाराजांच्या संगं विजयासाठी चला. माजी तुळजाभवानीमाय माझ्या राजाला विजयी करो, चिरंजीव करो...''

अतिशय सुंदर पण करारी दिसणाऱ्या गोदूताईच्या चेहऱ्यावर आता दु:खाची छटाही नव्हती. तीच स्थिती वीर नागोजीचीही झालेली होती. आता स्वराज्याच्या शत्रूचा घास घ्यायला त्याची प्यारी तलवार नुस्ती अधीर झालेली होती.

देवदर्शन नि सर्वांचा निरोप घेऊन काही घोडेस्वार रायगडकडे दौडले. धुराळा आकाशाला भिडला.

गोदूताईनं नागोजीला ओवाळलं होतं. नि विजयी नागोजीला ओवाळण्यासाठी तिच्या नेत्रांची निरांजनं आता आतुरलेली होती.

* * *

एकेक दिवस उलटत होता. आता सारं कारी गाव विजयाच्या वार्तासाठी नि विजयी वीरांच्या स्वागतासाठी अगदी आतुरलं होतं.

डोळे वाटेकडे खिळले होते. पण आज गोदूताईचं चित्त काही ठिकाणावर नव्हतं. सकाळपासून तिचा डावा डोळा सारखा लवत होता. बोटातली सोन्याची अंगठी ती सारखी डोळ्यांना लावण्याचा निष्फळ प्रयत्न करीत होती.. रात्रीसुद्धा डोळ्याला डोळा लागेना. थोडा वेळच झोप लागली असेल नसेल तोच. स्वप्नात एकदम ते तेजस्वी श्रीशिवाजीमहाराज दिसू लागले... लगबगीने डोक्यावरून पदर घेत गोदूताई त्यांना पुन:पुन्हा मुजरे करू लागली.

महाराजांच्या तोंडून एकच वाक्य, धीरगंभीर स्वरात ऐकू आले..

"तयारी ठेवलेली बरी!" आणि एकदम स्वप्न अंतर्धान पावलं. गोदूताई एकदम जागी झाली... डावा डोळा जोरात लवू लागला होता. झंझावात सुटतोय,.. झाडं कराकरा हलतायत. काळाकुट्ट अंधार पडतोय असा भास तिला होत होता...

नि एवढ्यात एक स्वार सुसाट वेगात दौडत कारीच्या दिशेनं येत होता. तो घामानं निथळला होता. त्याचा घोडा फेसाळला होता. स्वार लांबून कर्नाटकातून आला होता.

आणि इतका वेळ कोंडून धरलेला त्याचा बांध आकस्मात फुटला - हंबरडा फोडीत तो आक्रोशला, 'वहिनीसाहेब, आपला नागोजी गेला! आता पुन्हा कध्धी दिसणार नाही. कोप्पळच्या लोकांना वाचवण्यासाठी आपली फौज हुसेनखान पठाणावर चालून गेली. तो घाबरला. पळूनच चालला होता. पण नागोजीनं ते पाहिलं नि ताडताड घोडा उडवीत, झेपा टाकीत नागोजी खानाच्या हत्ती समोर आला. त्यानं आपल्या हातातील भाला खचकन हत्तीच्या गंडस्थळावर मारला. तेव्हा हत्ती मुरडला पण वर बसलेल्या त्या पठाणाचं एकदम समोर लक्ष गेलं. नागोजीच्या रूपानं साक्षात मृत्यूच त्यांच्यापुढे घोड्यावर त्याला दिसला. भयंकर

घाबरलेल्या खानानं बाणाचा नेम एकदम नागोजीवर धरला अन सोडताच नागोजीला वर्मीच लागला. नागोजी बेशुद्ध झाला... त्याला झटकन तंबूत आणलं. बाण खोलवर रुतला होता. कुणालाच काढता येईना. एवढ्यात नागोजी शुद्धीवर आला नि उद्‌गारला - "जेध्यांची माणसं अशी मरणाला डरत नसतात" म्हणून त्यानं खचकन बाण काढला- रक्ताची धार सुरू झाली. आपला नागोजी गेला वो! पण पठाणांचा पराभव करून, कोप्पळच्या दु:खी प्रजेला दु:खातून सोडवून मगच नागोजी गेला - कोप्पळ - कर्नाटक प्रजा नागोजीला कध्धी विसरणार नाही..."

गोदूताईच्या मस्तकावरचं आभाळच फाटलं. बाहेर फुटू पाहणारा हंबरडा तिनं आतल्याआत कोंडला. श्रीजगदंबेचं स्मरणं केलं...

"मुली तयारीत असलं पाहिजे' याचा अर्थ आता तिला बरोबर उमगला...

तिनं शुभ्र वस्त्रं परिधान केलेली होती. चितेची सज्जता चालू होती. गोदूताईचे प्रखर तेजस्वी डोळे एकच सांगत होते.

"निघाले आज तिकडच्या घरी!"

❑❑

खंडोबल्लाळ चिटणीस

अतिशय रागीट स्वभावाचे संभाजीराजे त्यावेळी आणखीनच क्रुद्ध झालेले होते. त्यांची संतप्त नजर इकडे तिकडे भिरभिरत होती. कोण कोण माझ्या विरुद्ध आहेत? कोणी कोणी माझ्या विरुद्ध कट केला? कोणी-कोणी कारस्थानात भाग घेतला होता?

मग काय? संतापलेल्या संभाजीमहाराजांनी अनेकांना यमसदनीच पाठविले. वास्तविक बाळाजी आवजी चिटणीस हे किती मोठे राजसेवक! राजकार्य-धुरंधर! महाराजांच्या पायी त्यांनी आपली निष्ठा अर्पण केली होती. अष्टप्रधानातले पदही नम्रपणे नाकारून त्यांनी महाराजांच्या चरणी आपली श्रद्धा दाखविली होती... महाराज बाळाजींवर पिवळ्या चाफ्यासारखे प्रसन्न होते.

अशी अनेक माणसे मात्र संभाजीराजे यांच्या संतापाचे बळी ठरले. बाळाजी आवजी चिटणीसांना त्यांनी हत्तीच्या पायी ठार मारण्याची आज्ञा केली. केवढी क्रूर शिक्षा ही! हत्तीचे पाऊल म्हणजे सर्व प्राण्यातील सर्वात मोठे आणि सर्वात वजनदार पाऊल. डोळ्याचा, मेंदूचा कसा चुराडा उडत असेल नाही? मनानंही कल्पना करवत नाही, एवढी मोठी क्रूर शिक्षा!

बाळाजींच्या कुटुंबीयांना किती भयंकर यातना झाल्या असतील? किती

भयंकर चीड आली असेल? अंगाला किती इंगळ्या डसल्या असतील? आणि किती चीड आली असेल नाही?

इकडे वडील ठार झालेले नि मुलांवर हे भयंकर संकट! पण बाळाजींचीच मुले ती! मुळीच डरली नव्हती ती शांतपणे धैर्यानं सर्वकाही सहन करीत होती.

तेवढ्यात बाळाजीच्या दोन मुलांवर घाला पडलाच! इ.स. १६८२! बाळाजींच्या दोन मुलांना-खंडो बल्लाळ आणि निळो बल्लाळ या दोन लहानग्यांना अजिंक्यताऱ्याजवळ असलेल्या शिकारखान्यातील भुकेल्या वाघाच्या पिंजऱ्यासमोर कोंडून बळी द्यायचे ठरले. आणि आणि पिंजऱ्यासमोर उभेही केले...

एवढ्यात... दैव बलवत्तर... काही अडचणींमुळे शिक्षा स्थगित झाली. तसे थोर मनाच्या राणीसाहेब येसूबाईसाहेब यांनी संभाजीमहाराजांचे मन वळविले. समजूत घातली नि शेवटी संभाजीमहाराजांनी ती शिक्षा रद्द केली. येसूबाईंनी खंडोबल्लाळांच्या पत्नीस राजबाईस आसरा दिला, द्रव्यसाहाय्य केले नि खंडोबल्लाळांना पुनरपि चिटणीसपद दिले. या गोष्टीचे या दोन मुलांनी सदैव स्मरण ठेवले.

संभाजीमहाराज १६८३ त गोमन्तकावर चालून आले. गोव्याचे क्रूर फिरंगी महाराजांच्या डोळ्यात नुसते कुसळासारखे सलत होते. या निखाऱ्यांना हाकलून दिल्याविना त्यांना चैन पडणार नव्हते.

संभाजीमहाराज घोडा फेकीत चालले होते. बरोबर पत्रे लिहून घेण्यासाठी खंडोबल्लाळ होतेच. अविश्रांत मेहनत चालली होती. छाती फुटण्यासारखे ते श्रम होते... आपल्या वडिलांना ठार मारलेले आहे... तरीही खंडोबल्लाळांनी आपली निष्ठा महाराजांच्या चरणी वाहिली होती.

महाराज गोव्यात आले नि फिरग्यांची एकच दाणादाण उडाली. घाबरले! पळाले! त्या पळपुट्यांना पुरे पळवावे म्हणून राजे जोरात पाठलाग करू लागले. फिरंग्यांनी मचव्यातून पलायन केले... राजांनी उसळत्या लाटांमध्ये आपला घोडा घातला. पण खाडीत घोडा बुडू लागला. घोड्याचा लगाम आवळलेला असल्यामुळे त्याला पोहता येईना... घोडा बुडू लागला.

आता? आता - खंडोबल्लाळाच्या नजरेसमोर एकदम भीषण भवितव्य उभे राहिले... राजे बुडाले तर?

श्रीशिवाजीमहाराजांचे पुत्र छत्रपती नि सर्वांच्या हृदयांचे सम्राट असलेले संभाजीमहाराज बुडाले तर? मग सगळाच कारभार आटोपला, मराठी राज्याची वाताहात होणार! फिरंगी सिद्दी मोगल नि फितूर वखवखलेल्या भुकेने राज्याचे लचके तोडणार आणि मग?

लाख गेले तरी चालतील पण लाखांचा पोशिंदा जाता कामा नये. जरी आपल्या वडिलांना यांनी ठार मारलेले आहे तरीही!

आता सारे काही विसरून जायचं! आपला राज्यरक्षक धनी जाता कामा नाही. वैयक्तिक शुद्र मानापमानांना राष्ट्रकार्यात स्थान नाही. क्षणभर असे विचार चमकून गेले नि आपल्या जीवाकडे दुर्लक्ष करून खंडोबल्लाळांनी बेधडक खाडीत उडी टाकली. आपल्या बाहूंनी पाणी कापीत कापीत, जोर करीत, जीवापलीकडे परिश्रम करीत, अतोनात श्रमसाहस करीत त्यांनी महाराजांचा घोडा पकडला, पोहता पोहताच, उसळणाऱ्या लाटांची पर्वा न करता, घोड्याचा तंग तलवारीने कापला नि त्या घोड्याला खेचत किनाऱ्यावर आणले. संभाजीमहाराजांना संकटातून वाचवून त्यांनी एक प्रकारे राष्ट्राचा प्राणच वाचविला होता. ही स्वामिनिष्ठा, ही राष्ट्रनिष्ठा!

रायगडी परतल्यावर अत्यंत प्रसन्न संतुष्ट झालेल्या संभाजीमहाराजांनी खंडोबल्लाळांना मानाची वस्त्रे दिली.

पालखीचा मान देऊन चिटणीसांचा गौरव केला.

धन्य धन्य खंडोजी वीर... ....

खंडोबल्लाळ चिटणीस तुमच्या पायाशी राष्ट्राचा इतिहास सदैव कृतज्ञच राहील. तुमची स्मृती आजही आम्हास स्फूर्ती देईल.

❑ ❑

शंकराजी नारायण पंतसचिव

शंकराजींच्या डोळ्यांसमोरून आपल्या घराण्याचा इतिहास सरसर सरत होता. जणू एखादी चित्रमालिका आपल्या डोळ्यांसमोरून जात आहे, असे त्यांना वाटत होते.

मोठ्या अवघड पेचात ते यावेळी सापडले होते. 'इकडे आड नि इकडे विहीर' अशीच त्यांची अवस्था झालेली होती.

त्यांचं मूळ गाव पूर्वीच्या निजामीतलं गांडापूर! आपले आजोबा मुकुंदपंत हे गांडापूर सोडून उपजीविकेकरिता पुणे प्रांतात पुण्याच्या नैर्ऋत्येस असलेल्या मांगदरी गावी येऊन राहिले हे त्यांना अंधुक-अधूक स्मरत होते. जवळच राजगड! तेव्हा शिवछत्रपतींचे संस्कार मुकुंदपंतावर झाल्याविना कसे राहतील? शिवाजीमहाराज हे परीस होते. ते साऱ्यांचे सुवर्णात रूपान्तर करीत होते. मुकुंदपंतांचे सुपुत्र

म्हणजेच आपले वडील श्रीयुत नारोपंत यांचीही प्रकर्षाने आठवण शंकराजींना झाली नि वडिलांच्या स्मृतीने त्यांना गदगदून आले. ते आज या मोठ्या पदाला चढले होते ही वडिलांचीच कृपा! त्यांच्याच धडाधडीमुळे, तडफतेमुळे आपण हे उच्चस्थान आज भूषवीत आहोत हे लक्षात असल्यामुळेच आर्त श्रद्धेने त्यांनी आपले हात जोडून वडिलांच्या स्मृतीला वंदन केले.

नारोपंत धैर्याने श्रीशिवाजीमहाराजांच्या सैन्यात कारकून बनले. महाराजांच्या सैन्यात नोकरी पत्करणे म्हणजे सदैव मृत्यूशीच गाठ! कधीही काही होऊ शकेल! पण कोणी घाबरला नाही पठ्ठा! तसेच नारोपंतही!

नारोपंतांपासून दीक्षा घेऊन शंकराजीही शिवछत्रपतींच्या नोकरीत प्रविष्ट झाले. प्रथम महाराजांचे पंतप्रधान मोरोपंत पिंगळे यांच्याजवळ आपण नोकरीस राहिलो हे आज शंकराजींना स्पष्ट आठवत होते. मोरोपंत शंकराजींच्या कार्यावर अगदी खूष असत आणि हे आठवून शंकराजी आजही भारावून जात असत. पुढे संभाजीमहाराजांची ती विद्युत्वेगाची, तडफेची, मारू किंवा मरू असा ईर्ष्येची कारकीर्द सुरू झाली नि शंकराजी हे रामचंद्र नीलकंठ अमात्य यांच्या हाताखाली काम करू लागले.

आता आपण ब्राह्मण, एवढे मोठे मंत्र्याच्या हाताखाली काम करणारे पण असल्या खोट्या प्रतिष्ठेचा संसर्गही आपल्याला कधी लागला नाही. अतिशय गरीब दिसणारे, अगदी सामान्य वाटणारे, झोपड्यात राहणारे, लंगोटी नेसणारे हे वेडेविद्रे वाटणारे मावळे पण आपण त्यांचा कधीही तिटकारा केला नाही, तिरस्कार तर कधीच नाही, उलट या गरीब साध्यासुध्या मावळ्यांनीच हे प्रचंड नि महन्मंगल स्वराज्य उभारले, जन्माला आणले, स्वतःचे प्राण खर्ची घातले. स्वतः पायातले दगड ठरून ते स्वराज्य मंदिर उभविते झाले याची सदैव जाणीव शंकराजींना असे, म्हणूनच आपण या मावळ्यांमध्ये सदैव मिसळत असू, त्यांच्या सुखदुःखांशी एकरूप होत असू. त्यांच्या घरी जात असू, त्यांना किती बरं वाटत असे... ते आणखी जोमानं राष्ट्रकार्यात तुटून पडत, स्वतःला झोकून देत असत. त्यांच्यामुळे या दुर्गम मावळातील कितीतरी अवघड वाटा आपल्याला माहीत झाल्या होत्या-राजगड ते सिंहगड, सिंहगड ते तोरणा, तोरणा ते रायगड, राजगड ते प्रतापगड, रायरेश्वर ते वाई, भोर ते वाई, मोहरखिंड, अंबाडखिंड, कोरडखिंड, वरंध, शिवथर, इकडे पुरंदर, शिरवळ, सासवड, सुपे सगळ्या मुख्य वाटा नि चोरवाटा आपल्याला माहीत झाल्या. जिथे प्रवासाला चार प्रहर इतरांना लागायचे तिथे आपण एका प्रहरात उपस्थित! सगळेच चकित व्हायचे... खुद्द छत्रपती

राजाराममहाराज, महाराणी ताराबाई, रामचंद्रपंत अमात्य सर्वचजण आपल्यावर खूष असत-

आणि एकदा तर कमालच झाली... राजगड म्हणजे श्री छत्रपती थोरल्या महाराजांची पहिली राजधानीच नव्हे का? केवढे त्या गडाचे, किल्ल्याचे, राजधानीचे मोल, महत्त्व, सौंदर्य, जरब, वचक आणि जडिताचं भूषणच म्हणा ना! पण पापी औरंगजेबाने तो गड घेतला आणि मराठेशाहीला एकप्रकारे काळिमाच लागला. पण आपल्याला हे नाही सहन झालं. रामचंद्रपंत अमात्य, परशुराम त्र्यंबक नि आपण सर्वांचा खल झाला नि राजगड घ्यायचा हा प्रखर निश्चय झाला. आपल्यावर ही कामगिरी सोपवण्यात आली. आपण जीवाची पर्वा न बाळगता, तळहातावर शिर घेऊन गड सर केला. मोठा बाका प्रसंग होता तो! राजगड म्हणजे राजांचा गड नि गडाचा राजा! केवढा त्याचा घेर! अजस्त्र! राजगडाशी खेळ खेळणं म्हणजे प्राणाशी खेळ खेळणं! पण असा हा दुर्गम राजगड आपण-जय भवानी, हर हर महादेव या घोषात जिंकला. आणि आपल्याला मराठी दरबारात एकदम मानाचं स्थान मिळालं. छत्रपती राजाराममहाराज, महाराणी ताराबाईसाहेब, रामचंद्रपंत अमात्य सारेजण आपल्याला मानू लागले. परशुराम त्र्यंबक पंतप्रतिनिधी, धनाजी जाधव, संताजी घोरपडे आदी वीरही आपणास बहुत मान देत असत. आणि वीरांगना, वीरभवानी, कालीमाता ताराबाईंच्या दरबारात तर आपला केवढा मोठा सन्मान! कुणीही हेवा करावा असं आपलं स्थान! पण आपण कधी गर्व केला नाही की ताठा बाळगला नाही. कर्तव्यात कदापि कसूर केली नाही. अत्यंत प्रामाणिकपणाच्या आपल्या वर्तनावर ताराबाईसाहेब नि सर्वचजण प्रसन्न असत, आता तर रामकाली, भद्रकाली अशा ताराबाईंच्या प्रमुख सरदारांपैकी आपण एक बनलो... मोगलांचे सारे डाव पार उधळून लावले... आपला यश कीर्तिप्रताप महिमा असा सतत वाढतच होता... पण... पण अरेरे...

आज मात्र मी चांगलाच कैचीत सापडलो आहे. काय होणार काही कळेना! जय जगदंबे! प्रभू रामराया, तूच वाचव रे मला! शंकराजीपंतांच्या डोळ्यांसमोरून भराभरा चित्रं सरकत होती.

प्रसंग असा अवघड, बाका, कठीण आला होता की, अत्यंत प्रामाणिक माणसाच्या मेंदूला मुंग्याच याव्यात.

मराठ्यांच्या अमर पराक्रमामुळे औरंगजेब खलास झाला नि तिकडे धूर्त मोगलांनी मराठ्यांशी एक डाव खेळून पाहिलाच. भांडखोर मराठ्यांमध्ये आणखी भांडणे लावण्यासाठी मोगलांनी शाहूराजांची नजरकैदेतून सुटका केली आणि...

आणि...

शाहूमहाराज दक्षिणेकडे यायला निघाले. ते लवकरच छत्रपतींच्या सिंहासनावर बसणार आणि तसा त्यांनी मनोदयही व्यक्त केलेला आहे... आणि इकडे ताराबाईसाहेब तर त्यांना कडाडून कसून विरोध करीत आहेत, काय करावे?

शाहूमहाराज हे शिवपुत्र संभाजीमहाराजांचे पुत्र, अतएव राज्याचे खरे धनी... मनातून ओढा त्यांच्याकडे आपला... तर इतके दिवस ताराबाईसाहेबांनी शर्थीनं राज्य राखलं. मराठी राज्य हिंदवी स्वराज्य संरक्षिलं, वाचवलं. आपण तर त्यांचंच अन्न खातोय. तेव्हा एक मन त्यांच्याकडे धाव घेतंय. काय करावं, इकडे आड इकडे विहीर! कोणतीही एक बाजू घेतली तरी पाय लागणारच! पंतांचं पापभीरू मन त्यांना खाऊ लागलं... रणागंणात शरीरावर हवे तेवढे घाव झेलायची त्यांची सिद्धता होती पण मनावर होणारा हा घाव त्यांना अगदी असह्य होत होता...

आणि जी गोष्ट ते टाळू इच्छीत होते, आपल्याला व्यर्थ पाप लागू नये असे त्यांना जे वाटत होते ते नेमके घडलेच, एक सेवक धावत धावत आला अन् म्हणाला,

''पंत, आपल्याला महाराणीसाहेबांनी अगदी ताबडतोब बोलाविलं आहे.''

''ठीक आहे, राणीसाहेबांची आज्ञा प्रमाण. हा मी जेवून आलोच.''

''नाही, नाही पंत आपल्याला जेवणासाठी तिकडे बोलाविलं आहे.''

''अस्सं. चल पुढं, हा मी आलोच.''

ताराबाईसाहेबांनी प्रसन्न मुद्रेनं पंतांचं स्वागत केलं, पुढं काय होणार आहे याची पंतांना अटकळ येईना. काय बरं मनात असेल ताराबाईसाहेबांच्या? आपल्यावर राग असेल का, का त्या आणखी प्रसन्न होऊन काही पारितोषिक देणार असतील? का काही महत्त्वाची कामगिरी असेल? एक नाही अनेकानेक प्रश्न मनात उभे राहात होते.

'या पंत, आज आमच्याकडे आपण भोजनासाठी यावयाचं आहे.'

'राणीसाहेब, कशाला एवढा त्रास?'

'नाही पंत, तुम्ही दौलतीचे आधारस्तंभ. आम्ही आपली कदर केलीच पाहिजे.'

जेवण झालं की सुटलो. एवढंच काम होतं तर मग काही हरकत नाही. पंतांनी निश्वास सोडला.

भोजनाचा बेत उत्कृष्टच होता, स्वतः ताराबाई राणीसाहेब जातीने लक्ष पुरवीत होत्या, पंतांना भारी अवघडल्यासारखं वाटत होतं...

जेवण झालं, आता निरोप घेऊन निघायचं तेवढ्यात जे टाळलं जावं असं वाटत होतं ते त्यांच्यापुढे दत्त म्हणून उभं राहिलं. पंतांना एकदम ब्रह्मांडच आठवलं.

‘पंत, आज आपण आमच्याकडे दूधभाताचं जेवण केलेलं आहे. आता आपण आमचा पक्ष सोडता कामा नये. शाहूराजांकडे जाता कामा नये, कारण तो दूध-भाताशी द्रोह ठरेल.’

आकाश वरून कोसळतंय असा भास शंकराजी नारायण यांना झाला. चांगल्याच पेचात ते सापडले होतो.

मोठ्या जड अंत:करणाने ते घरी आले. कशातही मन लागेना त्याचं. तीन-चार दिवस अगदी विमनस्क, उद्विग्न मन:स्थितीत गेले. त्यांच्या धर्मपत्नीला कळेना की आपल्या पतिराजांना झालंय तरी काय? खूपखूप खोदून त्या विचारीत. पण ते जड उसासे सोडीत. माझी धडपड, आशा तू सोड, असे ते म्हणत. बिचाऱ्या त्या पतिव्रतेच्या नेत्रांत पाणी उभे राही.

आणि पंतांचा निश्चय ठरला, मला कोणतेच पाप नको, दूधभाताशी द्रोह नको नि शाहूमहाराजांशी, खऱ्या मालकाशी प्रतारणा नको असा त्यांनी विचार केला. डोळ्यांत निश्चयाची तिरीप उभी ठाकली. सरळ ते कोल्हापूर प्रांतातून निघाले, ते काय करणार आहेत याची कोणालाच कल्पना नव्हती. हा एवढा मोठा माणूस चालत चालत निघाला आणि पुणे प्रांतातील भोरजवळील आंबवडे येथे ते आले. श्री नागेश्वर महादेवाचं आर्त श्रद्धेनं त्यांनी दर्शन घेतलं, ‘प्रभो, कर्ताकरविता तूच आहेस. म्हणून त्यांनी पद्मासन घातलं. दृष्टी एकाग्र केली नि श्रीपरमेश्वराचं ध्यान आरंभिलं.

‘प्रभो, मला कोणतंच पातक नको, ताराबाईंच्या दूधभाताला जागलो तर शाहूमहाराजांशी द्रोह नि शाहूमहाराजांना मिळालो तर ताराबाईसाहेबांच्या दूधभाताशी द्रोह...’

‘नाही, नाही, त्रिवार नाही, मला कोणतंच पातक स्वीकारायचं नाही, प्रसंगी मृत्यू परवडला पण मला माझ्या जीवनात कुठेही कलंक नको. माझं नाव, कर्तृत्व उजळ राहू दे. पुढच्या पिढ्यांनी माझा आदर्श ठेवला नाही तरी चालेल, पण मला कोणी नावं ठेवता कामा नयेत.’

‘प्रभो रामराया! प्राण जायी पर वचन न जायी हे तुझं ब्रीद होतं ना रे!

तुझा आदर्श मानणाऱ्यांचंही तेच ब्रीद असलं पाहिजे. रामराया, घे आता तुझ्यात सामावून मला.’

पंतांनी प्रायोपवेशन आरंभलं, जेवण-खाणं, सगळं बंद.

प्रभू श्रीरामरायाच्या पदी तल्लीन झालेले शंकराजी... आणि खरेच एके दिवशी ते प्रभू श्रीरामरूप झाले.

एक महान आदर्श स्थापला त्यांनी... आणि... आणि या महान त्यागातूनच भोरचं संस्थान जन्माला आलं.

□□

दोन शाहूमहाराज

छत्रपती संभाजीमहाराजांचे पुत्र नि प्रख्यात छत्रपती पुण्यश्लोक शाहूमहाराज यांच्या चातुर्याच्या नि औदार्याच्या किती तरी कथा प्रसिद्ध आहेत. तद्वत:च गेल्या नि या शतकात होऊन गेलेल्या कोल्हापूरच्या राजर्षी शाहू महाराजांच्याही मनोरंजक नि बोधप्रद कथा खूपच उपलब्ध आहेत. त्यापैकी काहींचे हे संकलन.

पुण्यश्लोक छत्रपती शाहूमहाराजांचा काळ इ. स. १६८२ ते १७४९. एकदा शाहूमहाराज मृगयेसाठी गेले होते. त्यावेळी त्यांचा वेश अगदी साधा होता. लांब दाढी नि अंगात कफनी. जणू एखादा बैरागीच! बरोबरची मंडळी शिकारीच्या व्यवस्थेतच गुंतलेली होती. त्यामुळे शाहूमहाराज एकटेच पुढे चाललेले होते. कृष्णा नदीत त्यावेळी एक छोटासा चुणचुणीत मुलगा पोहत होता, नि त्याने आपले धोतर वाळवंटात वाळत घातले होते. शेजारून एक गोसावी चालला आहे हे पाहताच तो पोरगा ओरडला, "ए गोसावड्या' जपून. माझे धोतर वाळत घातलेले आहे. खबरदार शिवशील त्याला!" हे शाहूमहाराज आहेत, हे त्या छोट्या मुलाला काय माहीत? शाहूमहाराजांना त्या मुलाचा मुळीही राग आला नाही. उलट त्याच्या चुणचुणीतपणाचे कौतुक वाटले. ते म्हणाले, "नाही बाळ, मी तुझ्या धोतराला नाही शिवत हं. चालू दे तुझे पोहणे." महाराज तळावर आले नि त्यांनी आपले दोन सैनिक तिकडे पाठवून त्या मुलाला घेऊन येण्यास फर्माविले. 'कोण महाराज?' मुलाने सैनिकांना विचारले आणि लवकरच त्याला कळले की, आपण ज्याला गोसावी समजलो ते छत्रपती शाहूमहाराज होते. मुलगा फारच वरमला नि थोडा घाबरलाही. महाराजांनी त्याला त्याची माहिती विचारली. मुलगा उत्तरला, "महाराज मी सासवडच्या कुलकर्ण्यांचा मुलगा विठू. माझी लढाई मारण्याची, घोडदौड करण्याची फार इच्छा आहे. म्हणून आईला न सांगता मी घरातून पळून आलो. महाराजांनी हे ऐकून त्याला आपल्याजवळ ठेवून घेतले व अनेक गोष्टीत त्याला तरबेज केले. तो मोठा हुशार झाला. एकदा तर त्याने शाहूमहाराजांना एका मोठ्या रानडुकरापासून वाचविले. हा चुणचुणीत आणि हुशार मुलगा म्हणजेच पुढे सरदार विंचूरकर म्हणून प्रसिद्ध असलेले आणि पन्नास वर्षे मराठेशाहीची इमाने इतबारे सेवा केलेले विठ्ठल शिवदेव विंचूरकर हे होत.

शाहूमहाराजांचे गुणविशेष सागंणाऱ्या किती तरी कथा उपलब्ध आहेत. शाहूमहाराज अत्यंत उदार नि आपल्या सेवकजनांवर प्रेम करणारे असेच होते. एकदा झोपण्यापूर्वी आपल्या सेवकाकडून शाहूमहाराज आपले पाय रगडून घेत होते. त्यातच त्यांना डुलकी लागली आणि आश्चर्य म्हणजे बहुधा त्यांचा सेवक दमलेला असावा, त्यालाही पाय रगडता रगडता डुलकी आली नि स्वारी चक्क महाराजांच्या शेजारीच लवंडली की! अर्थात त्या सेवकालाही याचा पत्ताच नाही. इतक्या सहजासहजी झोपेने त्याला घेरले. पुढे तर त्याने गंमतच केली. त्याला वाटले असावे, आपण घरीच झोपलेलो आहोत नि मध्यरात्री थंडी वाजू लागल्याबरोबर त्याने सरळ झोपेतल्या झोपेत महाराजांचेच पांघरुण आपल्या अंगावर ओढून घेतले नि पूर्ववत घोरणे चालू केले. त्याच्या हालचालीने महाराज एकदम जागे झाले. पण तरीही न रागावता ते शांतपणे शेकोटीजवळ शेकत राहिले. रात्रीच्या पहारेकऱ्यांच्या लक्षात येईना की महाराज, मध्यरात्री उठून शेकत का बसलेले आहेत? शाहूमहाराजांनी अंगुलिनिर्देश करताच ते त्या सेवकाला उठवावयास गेले पण महाराजांनी त्यांना निवारिले. आणि मग गंमतच झाली. सकाळी नोकर उठून पाहतो तो शेजारी महाराज नाहीत आणि आपण मात्र त्यांच्या बिछान्यावर ठाकठीक झोपलेलो आहोत. लाजेने चूर झालेला तो सेवक इतका नरमला की सांगता सोय नाही. कसाबसा उठला, चालवतच नव्हते त्याला, कारण पायातली सगळी शक्तीच गेलीय असेच वाटत होते. तो शेकोटीजवळ आला नि महाराजाचे पाय धरून झाल्या गोष्टीची त्याने क्षमा मागितली. रात्रभर शेकोटीजवळ बसावे लागले तरीही उदार नि दयाळू महाराजांनी खरोखरच त्या सेवकाला क्षमा केली नि आपल्या आगळ्या गुणांचा परिचय करून दिला.

कोल्हापूरच्या राजर्षी शाहू महाराजांची जन्मशताब्दी इ. स. १९७४ मध्ये साजरी झाली. त्यांचा काळ इ. स. १८७४ ते १९२२! त्यांच्याही जीवनातील कितीतरी गोष्टींचा आपल्याला उल्लेख करता येईल. त्यांनीही पुण्यश्लोक शाहूमहाराजांप्रमाणे गुणी जनावरे तसेच गरिबांवर अपार प्रेम केले. त्यांच्या खूपच कथा सांगता येतील. पण फार विस्तार होईल म्हणून दोन छोट्याच पण मार्मिक कथा सांगतो- एकदा राजर्षी शाहूमहाराज आपल्या रथातून जात असताना वाटेत त्यांना एक १०-१२ वर्षांची मुलगी रडताना दिसली. जनहिततत्पर शाहूमहाराजांनी लगेच रथ थांबवला नि तिला रडण्याचे कारण विचारले. त्यावर ती अधिकच रडू लागली. शेवटी म्हणाली, "आज बाजारात शेणी विकावयाला नेल्या होत्या पण त्या शेणीचे काही सात पैसे आले नाहीत. आता घरी गेल्यावर सासू मारणार."

शाहूमहाराज हे ऐकून मनी कळवळले. त्यानं तिला पाच रुपये देऊ केले. पण ती रुपये नग म्हणून लागली. मग महाराजानी शेणीची पाटी व ती मुलगी व पाच रुपये हुजऱ्याबरोबर देऊन बावड्याला पाठविले. काय झाला सासूवर परिणाम? दुसरे काय? लाजली झालं. पुन्हा काही तिने सुनेचा छळ केला नसेल. एक नोकर राजवाड्यातून साजूक तूप नि उत्तमपैकी तांदूळ हळूच कुणाच्या लक्षात येणार नाही अशा बेताने लाटत असे. काही दिवस जमले पण एके दिवशी लक्षात आलेच. शाहूमहाराजांचे फार सावध लक्ष असे सर्व गोष्टीकडे! हे पाहताच नोकर वरमला. अपराधी भावनेने पण दीनपणे म्हणाला, ''महाराज, घरी बायको बाळंत आहे नि त्यातच ती आजारी पडलेली आहे. घरी तर काहीच नाही अगदी निरूपाय झाला.'' महाराजांचे डोळे भरून आले. दीनांविषयी त्यांना अपार कळवळा वाटे. त्यांनी सुवासिक तांदळाचे पोते नि तुपाचा डबा त्याच्या घरी पाठवून दिला. असे होते आपले शाहूमहाराज!

❑❑

३. झेपावे उत्तरेकडे

श्रीमंत बाळाजी विश्वनाथ

आज बाळाजी विश्वनाथांच्या घरी अगदी आनंदी आनंद पसरला होता. श्रीवर्धन ते पुणे आणि असाच प्रवास त्यांच्या दृष्टीसमोरून जात होता. अनेक अडचणी अनंत यातना.

...पण सारं काही धैर्यानं हसत, खेळत सोशीत सोशीत प्रगतीचं पाऊल पुढं पुढं टाकीत बाळाजी विश्वनाथांची नुसती घोडदौड चालू होती. हळूहळू बाळाजींचा जम चांगलाच बसू लागला होता. बाळाजींचे धाडस, हिंमत, चातुर्य, मुत्सद्देगिरी यामुळे महाराष्ट्राच्या इतिहासात बाळाजींना महत्त्व येत चाललं होतं.

सुसंधी पकडण्यासाठी अत्यंत तत्पर असणारे बाळाजी आज घरीच होते. तसे ते घरी मिळणे कठीणच म्हणा! श्रीवर्धनहून देशावर आल्यापासून नाना कामे त्यांच्या मागे लागलेली असत. त्यामुळे त्यांचे आसन घरी टिकणे हेही कठीणच होते. ते घरी आल्यावर अर्थातच घरच्यांना अतिशय आनंद होत असे.

आज बाळाजींच्या घरी कसली तरी गोड गडबड चालू होती. नोकर-चाकर आया-बाया, दासदासी यांची आत-बाहेर ये-जा चालली होती. उत्सुकता इतकी ताणलेली होती की अनुभवी वैद्य नि सुईणी कधीपासूनच वाड्यात आणून ठेवल्या होत्या, आत एक प्रशस्त दालनात तर औत्सुक्य शिगेला पोचलं होतं. पंत, बाळाजी, त्यांचे प्रमुख कारभारी आतून येणाऱ्या कसल्या तरी गोड आवाजाचा कानोसा घेत होते. मागचा क्षण पुढल्या क्षणाला विचारीत होता, 'काय?...' 'काहीही नाही' पुढचा क्षण उत्तर देत होता आणि एकदम पडदा बाजूला झाला. बातमी आनंदी आनंद उधळीत उधळीत आली. सर्वांचे चेहरे हर्षाने न्हाऊन निघाले... काय वार्ता तरी काय होती?

अहो, बाळाजीपंतांना आज पुत्र झाला होता, सकलसौभाग्यसंपन्न मातु:श्री राधाबाईंनी एका तेजस्वी पुत्ररत्नाला जन्म दिला होता. ते गोजिरे गोजिरे, अतिराजबिंडे, अतिलोभसवाणं बाळ अनेकांच्या मन:सरोवरात नाना अपेक्षांचे तरंग उठवीत होतं.

बाळाजींचं मन अंतर्मुख झालं होतं. बाळाला अनंत आशीर्वाद ते देत होते. पूर्वीची कठीण परिस्थिती या आनंदी बाळामुळे ते विसरून गेले होते. जणू या बाळाच्या रूपाने बाळाजींच्या घरात आनंदोत्साहांनीच प्रवेश केला नव्हता का? पूर्वीचे सारे मनस्ताप आता विस्मृत झाले. मनाला पुनरपि टवटवी आली. महत्त्वाकांक्षा मोठं रूप धारण करीत होती.

बाळाजी याचवेळी एक बखर वाचीत होते. 'बाजी' नाव असलेले २-३ पराक्रमी शूर-वीर त्यांच्या मनात चांगलेच ठसले होते. खरंच, आपला हा नूतन बालक शिवकालीन बाजीसारखा शूर होईल, तेजस्वी होईल. पराक्रमी होईल बस्स! त्याला तसंच शिक्षण द्यायचं. त्याला मोठं करायचं. आपल्या या पोराचा यशकिर्तीप्रताप महिमा खूप खूप गाजला पाहिजे.

आणि मग? आपल्या बाळाचं नाव 'बाजी'च ठेवायचं. बाजी पासलकर, बाजी प्रभू, बाजी जेधे यांचा सवाई आपला बाजी झाला पाहिजे.

बंडखोर सरदार फारच माजले होते. काहीजण ताराबाईंच्या पक्षाला मिळून शाहूमहाराजांना त्रास देण्याचा प्रयत्न करीत होते, तर काहीजण या संघर्षात स्वत:चाच स्वार्थ साधू पहात होते. स्वार्थ, लाचारी, धरसोड, बेईमानी यांच्या या काळात बाळाजी विश्वनाथ मात्र अत्यंत एकनिष्ठपणे शाहूमहाराजांची अतिशय निरलस सेवा करीत होते.

शाहूमहाराजांचा पक्ष बळकट करण्याच्या दृष्टीने प्रथम बंडखोर सरदारांचा पूर्ण बंदोबस्त करणे अत्यावश्यक होते.

पुण्याजवळील पाटस तर्फेतील हिंगणगाव! येथे राहून भक्कम गढी बांधून दमाजी थोरात हा पुंड चांगलाच माजला होता. ताराबाईंचा मोड झाला तरी हा पुंड शाहूमहाराजांना मानीना. तेव्हा त्याचा बंदोबस्त हे प्रमुख कर्तव्य होतं.

बाळाजी विश्वनाथ अत्यंत निर्भय पुरुष! खरं म्हणजे बंडखोर पुंडांचा बंदोबस्त करणं फार किचकट काम होतं. बंडखोरांजवळ न्याय, नीती, सत्य निष्ठा काहीच नव्हतं. तरीही बाळाजी अत्यंत धैर्याने त्यांच्यावर चालून जात होते. त्यांचा बंदोबस्त करीत होते.

'बाळाजीपंत, हा दमाजी फारच उर्मट वर्तन करतोय. मला वाटतं त्याचा प्रथम बंदोबस्त करावयास हवा.'

'बरोबर आहे अंबाजीपंत, मलाही तेच वाटतं! सरळ चालून जाऊ नि त्याचा योग्य बंदोबस्त करू आणि आपल्या महाराजांच्या मार्गातला एक कंटक दूर करू.' अतिशय स्वामीभक्त अंत:करणाचे बाळजीपंत नाना उद्‌गारले.

स्वारी सज्ज झाली, निघाली. वार्ता हां हां पसरत हिंगणगावच्या बळकट गढीत पोहोचली. गढी आणि सैन्य असूनही दमाजी थोरात पुरता हादरला. बाळाजीरावांचे कर्तृत्व त्याला चांगलेच माहीत होतं.

"सखोजीराव काय करता आता. हा बाळाजी येतोय!"

'खरं सांगू दमाजीराव, उघड उघड तोंड देणे अशक्यच आहे. इथे दगलबाजीच केली पाहिजे.'

'ठरलं तर मग! दगलबाजीच!'

खाड् खाड् टापा वाजू लागल्या. बाळाजी पंत नाना, अबाजीपंत पुरंदरे, खुद्द बाळाजीपंतांचे दोन छावे बाजीराव आणि चिमणाजीपंत ताड ताड घोडे उडवीत हिंगणगावच्या दिशेने येत होते.

आणि घोडे एकदमच थांबले. समोरून दमाजी जणू लोटांगणे घालीत आल्यासारखाच वाटला.

'आपलं सैन्य नि आवेश बघूनच हा सरळ आलेला दिसतोय की!'

बाळाजीपंत उद्‌गारले.

दमाजी अगदी सुतासारखा सरळ झालेला दिसत होता.

'शरण. पंत, आम्ही शरण आहोत' दमाजी लाघवीपणे म्हणाला. जणू हात बांधूनच तो सर्वांना सामोरा आला होता.

एवढा रगेल गडी पण अगदीच गोगलगाय झाला होता.

पण गोगलगाय नि पोटात पाय. बेलभंडाराची शपथ घेऊन त्याने सन्मानपूर्वक सर्वांचा भोजनाचं निमंत्रण दिलं.

सश्रद्ध बाळाजीपंतांना बेलभंडाराची शपथ खरीच वाटली. छोटा बाजी सर्व काही निरखीत होता. जेवणाची सिद्धता झाली. आणि एवढ्यात प्रचंड गलबला उडाला.

आतील मंडळी चमकली. काय झाले? शस्त्र घ्यायला बाहेर यायलाही सवड मिळाली नाही. हत्यारबंद गड्यांचा विळखा पडला सर्वांभोवती! दमाजीपंत मिशांना पीळ भरीत होता.

बाळाजीपंत चकीतच झाले नि म्हणाले,

'दमाजीराव, तुम्ही बेलभंडाराची शपथ घेतलेली आहे.'

छोटे बाजी नि चिमाजी अगदी निश्चल होते. मग्रुर दमाजी छद्मीपणे हसत

म्हणाला, 'बेलभंडार! आवं नाना बेल म्हणजे पालाच नव्ह! आणि भंडार तर आम्ही दररोज खातो.'

बाळाजीपंत सारं काही उमगले. हिंगणगावच्या दगडी भयाण गढीत अडकून पडण्याचा प्रसंग आला.

बाजीराव नि चिमणाजी अगदी संतप्त झाले होते. पण वडील समोर असल्याने ते काहीच बोलले नाहीत.

बाळाजीपंत मुळीही डगमगले नाहीत. आपल्या छाव्यांकडे बघत त्यांनी मोठ्या प्रेमाने विचारले,

'बाजी, चिमणाजी तुम्हाला भय तर वाटलं नाही ना?'

'भय! नाना तुम्ही असताना आम्हाला कसलीच काळजी वाटत नाही आणि दिल्लीला हात घालू पहाणाऱ्याने सामान्य दमाजीरावांना घाबरून कसे चालेल?'

'असल्या सामान्यांनी कितीही टूरटूर केली तरी आम्हाला कसलीही भीती वाटत नाही. या दमाजीनं कितीही डाव टाकले तरी आम्हाला काय प्रतिडाव टाकता येत नाही? आमच्यातही पुरुषार्थ आहे. आमच्याशी हा खेळतोय. पण म्हणावं, दमाजी तू विस्तवाशी खेळतोयस, हे लक्षात असू दे.'

बाजीराव बोलत होता नि चिमाजी मान डोलावत होता.

इतक्या लहानपणी एवढे साहस, एवढा आत्मविश्वास, एवढी निर्भयता बघून बाळाजीपंतांना मनस्वी समाधान झालं. या आलेल्या संकटाचं त्यांना काहीच वाटलं नाही.

मुत्सुद्देगिरी, शौर्य नि शाहूमहाराजांचे साहाय्य यामुळे दमाजीचा पुरता पाडाव झाला. इतर बंडखोरांवर चांगलाच वचक बसला. बाजीराव, चिमणाजी मुळातच निर्भय! आणखी तेजस्वी पैलू पाडून या संकटातून बाहेर आले.

□□

ही धन्य हिंदवी मने!

'बाजी, आपल्याला दिल्लीचं निमंत्रण आलेलं आहे!' बाळाजीपंत उद्‌गारले.

"अस्सं! नाना, मग त्यापेक्षा अधिक आनंदाची, भाग्याची दुसरी कोणती गोष्ट असणार? पण मला एकदा सारं समजावून सांगा ना!"

युवक बाजीराव अत्यंत आत्मविश्वासानं पण तितक्याच नम्रतेनं श्रीमंत बाळाजी विश्वनाथांना म्हणजे आपल्या वडिलांना विचारता झाला.

"अरे दिल्लीचे ते दोघे सय्यद, भाऊ-भाऊ - सय्यद हुसेन, सय्यद अब्दुल्ला - तुला ऐकून माहीतच आहेत."

"होय नाना, गेले किती एक दिवस मी त्यांचं नाव ऐकून आहे!"

"त्यांना दिल्लीच्या बादशाहीवर स्वत:चं नियंत्रण, स्वत:चं प्रभुत्व, स्वत:चं महत्त्व हवंय..."

बाळाजीपंतांचं वाक्य अर्धवट होतंय न होतंय तोच युवक बाजी उद्गारला -

"....आणि त्यांना त्यासाठी आपली मदत हवी असंच ना!"

"शाब्बास बाजी, हुशार आहेस... तुला पुढचं काही सांगायलाच नको..."

पण पुन्हा अधीरतेनं बाजी म्हणाला,

"नाना, तुम्ही दिल्लीला जाणार पण मला नेलं पाहिजे हं. नाही, मी येणारच. हा माझा आपल्या पायांपाशी हट्ट आहे."

"अरे पण दिल्ली का सोपी आहे? पुन्हा तिथे गालिच्याच्या पायघड्या नसून कदाचित रक्ताच्या सड्यावरूनही जावं लागेल आपल्याला! नव्हे मला तसंच वाटतंय... पण... पण महाराणीसाहेब वंदनीय प्रातःस्मरणीय पुण्यश्लोक येसूबाईंसाठी - काय वाटेल ते केलं पाहिजे. प्राण पणाला लावायला लागले तरी हरकत नाही - मराठ्यांची महाराणी - मराठ्यांचा मानबिंदू - गेली सुमारे २९ वर्षे मोगलांच्या तावडीत अडकलाय, आपले हातच जणू मोगलांच्या सिंहासनाखाली सापडलेले आहेत. अशा स्थितीत अन्न गोड लागावं कसं नि स्वस्थ निद्रा यावी कशी... प्राण पणाला लावू... जीवावर उदार होऊ पण आमच्या पुण्यशील मातु:श्रींना आम्ही सोडवूच सोडवू... महाराणी येसूबाईसाहेबांची सुटका झालीच पाहिजे..."

येसूबाईसाहेबांचं नाव ऐकताच बाजीरावांनी त्यांना मनातल्या मनात वंदन केलं.

"नाना, खरंच त्यांच्या पुण्यपावन पावलांचं दर्शन घ्यायला मीही उत्सुक आहे. या दुष्ट मोगलांना एकदा धडा शिकवू, पुण्यशील मातोश्रींची सुटका घडवू.... नाना, या साहसकर्मात माझा वाटा असलाच पाहिजे..."

"नाना, नुसता दिल्ली हा शब्द ऐकला तरी मला एकदम स्फुरण चढतं, दिल्ली आणि दिल्ली! नाना, मला दुसरी स्वप्नं पडत नाहीत आणि येसूबाईसाहेबांसाठी, त्या थोरल्या महाराजांच्या सूनबाईंसाठी माझे प्राण गेले तरी हरकत नाही. पण त्यांची सुटका झालीच पाहिजे, दधीची ऋषींनी नाही का देवकार्यासाठी आपली हाडे दिली नि देवांना विजय मिळवून दिला. मग मीही या देवकार्यासाठी माझे प्राण का बरे देऊ नयेत... वाटल्यास देवाने माझा जीव घ्यावा पण त्या मोबदल्यात महाराणीसाहेबांची सुटका झाली पाहिजे..."

"शाबास रे पोरा, अगदी मनातलं बोललास! तू घाबरणार नाहीस याची मला खात्री होतीच. तुझी मुद्दाम परीक्षा घेतली. तू धाडसी मर्द बनावास, मागे राहू नयेस, दुबळा राहू नयेस हीच तर माझी इच्छा. ठरलं तर पुढील पंधरवड्यात दिल्लीला प्रयाण..."

छोट्या बाजीरावांचे बाहू आत्तापासूनच स्फुरण पावू लागले.

दिल्लीच्या दिशेनं मराठी सेना दौडत होत्या. दिल्लीला हात घालण्याचं फार मोठं साहस मराठे करीत होते. जबाबदारीची जाणीव होती. पण - भीतीचा स्पर्शही नव्हता.

श्रीमंत बाळाजी विश्वनाथ, खंडोबल्लाळ मानसिंगराव मोरे, परसोजी आणि संताजी भोसले, विश्वासराव पवार, खंडेराव दाभाडे, उदाजी पवार, राणोजी भोसले, बाळाजी महादेव, भानू फडणीस आणि प्रत्यक्ष बाजीराव बल्लाळ!

या छोट्या कुमाराचे सर्वांनाच अतीव कौतुक वाटत होतं. दिल्लीत कदाचित जीवावरचा प्रसंग ओढवेल, पण म्हणून काय झालं घरी बसून राहायचं? त्यात काय पुरुषार्थ आहे?

मराठ्यांची पोरं ही लहानपणापासूनच तयार पाहिजेत. युद्धादी प्रसंग पाहून आणि त्यात भाग घेऊन दृष्टी मेली पाहिजे ना!

"छोटे श्रीमंत, तुम्हीही येणार दिल्लीला?"

बाळाजी महादेवांनी विचारलं.

"हो फडणीसजी, माझी फार दिवसांची इच्छा आज पूर्ण होणार आहे. दिल्लीत आम्हां लोकांची सत्ता आली पाहिजे. परके गेले पाहिजेत, बरं का फडणीस, मोठेपणी मी एक वाडा बांधणार आहे आणि त्याचा प्रमुख दरवाजा उत्तरेला ठेवून त्याचं नाव दिल्ली दरवाजा ठेवणार आहे."

स्वराज्याची प्राप्ती, चौथाई सरदेशमुखी मिळविणे नि मुख्य म्हणजे मातु:श्री पुण्यशील येसूबाईंची सुटका घडविणे हे श्रीमंत बाळाजी विश्वनाथाचं ध्येय होतं. पंचवीस वर्षे अडकून पडलेल्या येसूवहिनींची सुटका घडविल्याविना मराठ्यांना चैन नव्हते, तो त्यांचा मानबिंदू होता, ते त्यांचं श्रद्धाकेंद्र होतं.

आणि एवढ्यात गुप्तहेरांकडून वार्ता कळली की या साऱ्या प्रयत्नात, श्रीमंत बाळाजी विश्वनाथांच्या जीवाला दिल्लीत अपाय घडवायचा अशी शत्रूंची दुष्ट कारस्थानं चालू आहेत. मोठीच काळजी, पण कोणी डरला नाही, हटला नाही. पण आता महाराणी येसूवहिनींच्या सुटकेच्या दृष्टीनं श्रीमंत बाळाची विश्वनाथ जगणं अत्यंत आवश्यक होतं...

काय करावं? मारेकऱ्यांच्या हल्ल्यांतून सुटका कशी घडवायची बरं? मरणाला कोणीच घाबरत नव्हता. पण उद्दिष्टपूर्ती आता अत्यंत महत्त्वाची होती.

आणि एवढ्यात अत्यंत धाडसी बाळाजी महादेव भानू फडणीस पुढे सरसारवले. ते उद्गारले, ''लाख गेले तरी चालतील पण लाखांचा पोशिंदा जगला पाहिजे. असं करूया मी आपला वेश करून पालखीतून निघतो. आपण गुप्त मार्गाने अगोदरच दिल्ली दरबारात पोचावं, मलाच बाळाजी विश्वनाथ समजून मारेकरी माझ्यावर हल्ला करतील तोवर दरबारातलं आपलं काम झालेलंही असेल...''

''बाळाजीपंत भानू, आपण मराठी दौलतीसाठी फारच मोठा त्याग करीत आहात.''

''श्रीमंत, बाजी पासलकर, बाजीप्रभू, मुरारबाजी, तान्हाजी, केसो नारायण देशपांडे, सूर्याजी काकडे यांनी नाही का आपले देह धारातीर्थी ठेवले.''

''खरं आहे. पण तुम्हाला अशा संकटात टाकायचं म्हणजे जीवावर येतं...''

''श्रीमंत आपण काही काळजी करू नका. हर हर महादेव!''

* * *

श्रीमंत बाळाजी विश्वनाथांच्या वेशातील बाळाजी महादेव भानू फडणीस यांची पालखी, बरोबर मराठ्यांची शस्त्रसज्ज तुकडी चांदणी चौकातून अत्यंत सावधपणे चालली होती. एवढ्यात गलका झालाच. गदारोळ उठला, कत्तलबाज मारेकऱ्यांनी गर्दी केली. रक्तानं रस्ता लालीलाल झाला. एकच हातघाई उडाली. स्वत: बाळाजी महादेवही अत्यंत शर्थीनं लढू लागले. यशापासून मृत्यूपर्यंत सर्व गोष्टींना त्यांची सिद्धता होती.

हे सगळं पाहिलं नि युवक बाजीरावसाहेब नि संताजी भोसले यांचं रक्त नुस्त तापलं. खटाखट घाव घालीत, शत्रूच्या खांडोळ्या करीत करीत दोघेजण पालखीच्या दिशेनं मार्गक्रमण करू लागले.

बाळाजी महादेवांनी खरोखर कमालीची शर्थ चालविली होती. एव्हाना वीस-पंचवीस जणांना त्यांनी यमसदनास पोचविलं होतं... पण मोठ्या संख्येतल्या मारेकऱ्यांनी फारच झुंबड उडवली. खाडखाड घाव घालून बाजीरावांनी पाच-सात जणांची खांडोळी केली नि ते बाळाजीपंत फडणीसाजवळ पोचणार, त्यांच्या साहाय्यार्थ खडे राहणार, तोच एका क्रूर मारेकऱ्याचा निसटता वार बाळाजींच्या वर्मी लागला...

'प्रसन्न हो!

प्रसन्न हो!!

'स्वराज्यदेवते, हिंदवी स्वराज्यावर प्रसन्न हो!' आता मात्र बाजीराव चेतले नुस्ते, –

मारेकऱ्यांची धावाधाव –

पळापळ सुरू झाली –

'अरे भागो, वो शैतान –

आ रहा है...'

झटापटीत वीर संताजी भोसलेही ठार झाले.

स्वामीकार्यावरी दोन मोहरे खर्च झाले.

पण काम फत्ते झाले....

मोगली कैदेत वर्षानुवर्ष अडकून पडलेल्या महाराणी येसूबाई आज मुक्तस्वातंत्र्याचा श्वास घेत होत्या. त्यांना, श्रीमंत बाळाजी विश्वनाथ, बाळाजीपंत महादेव भानू फडणीस, वीर संताजी भोसले नि स्वत:चा जीव आपल्या राणीसाहेबांच्या मुक्ततेसाठी, स्वराज्याच्या सनदांसाठी न्योछावर करणाऱ्या त्या वीरांना पाहून अतीव कृतार्थ वाटलं, धन्य धन्य वाटलं...

छोट्या युवक बाजीरावांबद्दल तर राणीसाहेबांसकट सर्वांनाच फार फार कौतुक वाटत होतं.

एवढ्याशा वयात ही बहादुरी, हे रणशौर्य!

जो तो कौतुकानं पाहात होता. पण बाजीरावसाहेबांना मात्र खंत वाटत होती.

"आईसाहेब, वंदन असो. आपण माझं कौतुक करताय खरं, पण त्या दोघांना बाळाजीपंताना, संताजीकाकांना वाचवता आलं असतं तरच मी माझ्या पराक्रमाचं, तलवारीचं सार्थक मानलं असतं."

"शाब्बास रे पोरा, तुझ्यासारखी शूर मुलं असल्यावर मग हिंदूपदपादशाही दूर नाही."

□□

मराठेशाहीतील 'झुंजार पौरुष' श्रीमंत थोरले बाजीराव

श्रीमंत थोरले बाजीराव म्हणजे पराक्रमाचा पुतळा. तेज तेज म्हणतात तेच जणू काही बाजीरावांच्या रूपाने या अवनीतलावर अवतीर्ण झालेले आहे काय, असाच सर्वांना भास व्हावा. बाजीराव म्हणजे बाहुबल, बाजीराव म्हणजे जिद्द, बाजीराव म्हणजे राम नि बाजीराव म्हणजे वचनतत्परता.

मूर्तिमंत तडफच बाजीरावांच्या रूपानं जन्माला आलेली होती म्हणाना.

बाजीराव म्हणजे उसळतं तारुण्य! विधात्यानंच खास परिश्रम घेऊन बाजीरावांना घडविलं होतं की काय न कळे!

शरीराचा प्रत्येक भाग जणू रेखीव होता. गोंडस होता, सरळ नाक, पाणीदार डोळे, उन्नत्त कपाळ, धनुष्याकृती ओठ, रेखीव भिवया, मर्दानी मिशा, झोकदार केस.

राजतेज झळकत असलेला प्रफुल्लित आणि पाणीदार चेहरा, ऐटदार बोलणे-

हे सगळं पाहिलं की वाटायचे – लाखोमें एक!

निजामानं एकदा एका चित्रकाराला म्हटलं, 'जा तो बाजीराव म्हणतात तो आहे तरी कसा ते बघून ये!'

'बघून येऊ खाविन्द?'

'अरे बघून ये म्हणजे रेखाटून ये. त्या गनिमी काव्यात होशियार असलेल्या बाजीरावांचं चित्र मला हवंय. शत्रूशी सामना करण्यापूर्वी शत्रू कसा आहे हे तर समजून घेतलं पाहिजे नि मला कुतूहलही आहे म्हणा, तो राजबिंडा बाजीराव दिसतो कसा हे जाणून घेण्याचं.'

चित्रकार तातडीने भागानगरहून पुण्याला आला, त्याला आपल्या चित्रकौशल्याबद्दल कमालीचा अभिमान होता. पण - कसचं काय न कसचं काय? त्याला काही त्या बलदंड, सुडौल, अति व्यक्तित्ववान अशा त्या राजबिंड्या पुरुषाचं काही यथातथ्य चित्रण रेखाटता आलं नाही.

धिक्कार असो माझ्या चित्रकलेचा, धिक्कार असो माझ्या कुंचलीचा, असे म्हणून त्याने ती कुंचली फेकून दिली.

असे ते वीरपुरुष, भव्य, तडफदार, पाणीदार डोळ्यांचे, पोलादी ओतीव पुतळाच जणू असे ते बाजीराव हिंदुस्थानातही अग्रगण्य अश्वारोहक होते. अत्युत्कृष्ट घोडेस्वार होते. घोड्यासारखी अवखळ जनावरं हाताळावीत बाजीरावांनीच. कोणत्याही प्रकारचा का घोडा असेना बाजीरावांनी त्याला काही क्षणातच वठणीवर आणावा नि तो घोडा मग लगेचच बाजीरावसाहेबांच्या स्वाधीन व्हावा, दास व्हावा.

वेगवेगळ्या देशींचे घोडे म्हणजे बाजीरावसाहेबांच्या अश्वशाळेचं - पागेचं वैभवच ना! किती प्रकारचे घोडे होते तिथे, जणू एक प्रदर्शनच भरलं होतं ना. सुंदर सुंदर, देखण्या, तेजस्वी घोड्यांचे! पाहाणारा खूषच व्हावा.

बाजीरावसाहेब, एवढे घोडे कशाला? असं कुणी विचारायच्या आतच त्यांनी म्हणावं,

"आम्हा योद्ध्यांचं हेच भूषण, हेच दैवत नव्हे जणू. अहो घोडा, तलवार, ढाल, भाला हीच आम्ही पूजायची नि हीच आमच्या पाचवीला पूजलेली!"

घोड्यावर मांड टाकावी श्रीमंत बाजीरावसाहेबांनीच. कोणताही मस्तवाल घोडा आणा त्यांच्यापुढे, श्रीमंत बाजीरावसाहेबांपुढे तो नरमलाच.

एकदा एका सौदागाराने एक मस्तवालच म्हणा ना असा एक घोडा पुणे दरबारात आणला. त्या घोड्याला आतापर्यंत तरी कुणी माणसाळविलं नव्हतं. सौदागर जणू सर्व दरबारांची शरणपत्रं जमा करण्याच्याच मोहिमेवर निघाला होता. त्याला वाटलं सहज जिंकू, पुणे दरबाराला सहज हरवू, आहेच माझा घोडा तसा गुणाचा!

सौदागरास काय माहीत श्रीमंत बाजीराव कसे होते ते! त्याची समजूत इतर राजांप्रमाणेच हा रंगेल, छचोर, विलासी, गाद्या, गिर्द्या, मृगया, मृगाक्षी, मदिरा यांतच रस घेणारा असणार. आपला घोडा नुसता पाहिला तरी या लोकांना घाम फुटेल.

मनोराज्य करीत जणू काही खिशांत विजयाचे लाख रुपये आता घातलेलेच आहेत अशा दिमाखात स्वारी प्रविष्ट झाली. कदाचित श्रीमंत बाजीरावसाहेबांचा एखादा सरदार धाडस करण्याच्या निमित्ताने... कदाचित जाईलही आपल्या घोड्याच्या वाटेस... पण अशी एक सणसणीत लाथ बसली की बसेल आपले हातपाय मालीश करीत महिनाभर.

श्रीमंत बाजीरावांना कळलं की एक सौदागर आलाय...

अस्सं, चला तर मग, त्याला भेटू. सौदागर चकितच झाला, प्रथमच त्याची एवढ्या आपुलकीनं दखल घेतली जात होती, तो खुष झाला.

बाजीराव आले. ती भव्य रुबाबदार देहयष्टी बघून सौदागर मनात जरा म्हणजे चांगला दडपूनच गेला.

'काय म्हणणं आहे तुमचं? घोडा आणलाय? बघू?'

तो सणसणीत, उमदा पण उद्दाम, सर्वांना जणू तुच्छ लेखणारा, थयथरणारा तो अश्व पाहून इतरांच्या छातीत धडकीच भरली. जवळ आलेल्या एक दोघांना त्याचा असा सणसणीत प्रहार बसला की नाही... कंबरडच मोडलं जणू... दहा हजारांचा थवा तेथे जमा झाला पण पुढे सरसावयाला कोणी तयार होईना.

प्रथम सौदागराला वाटलं की, पुणे दरबाराचं शरणपत्र म्हणजे सगळ्याच राज्यांचं की ... पण श्रीमंत बाजीरावांचा दरारा, तेज, ओज, त्यानं पाहिलं नि मनात तो हबकूनच गेला.

बाजीरावांनी अशी एक सणसणीत थाप मारली घोड्याच्या पाठीवर नि तो काही करण्याच्या आत, त्याच्या लक्षातच येण्याच्या आत बाजीरावांनी मांड

ठोकली. मांड अशी पक्की होती, की नाही. की विचारूच नका!

आता बाजीरावांची गच्च मिठी काही घोड्याला सोडविता येईना. तो किंचाळला. एकदा त्याने पुढचे पाय आकाशाला भिडविले, एकदा मागचे दोन पाय वर घेतले, भयानक थयथयाट केला पण बाजीरावांची पकड काही ढिली होईना.

आणि मग बाजीरावांनी टाच मारली, घोडा बेफान पळत सुटला जणू वारा लाजला... बघणाऱ्यांच्या डोळ्यांपुढे वीज चमकली...

सुसाट दौडणाऱ्या त्या अश्वानं श्रीमंतांना पाठीवरून फेकून देण्याचा अनेकदा प्रयत्न केला पण...

बाजीरावसाहेब त्याला पक्के भेटले होते. चांगली ८-१० कोसांची रपेट झाली. ते भयकारी दृश्य बघून काहींना भोवळ आली. काहीजण ते दृश्य बघूच शकले नाहीत... कधी न बसणारा घोडा, खालीच बसला. पण बाजीरावसाहेब मात्र लगेच फडावर निघून गेले. कारकुनांचे हिशेब. गुप्तहेरांच्या वार्ता. परराज्यांना पत्रं किती-तरी कामं त्यांची वाट पाहात होती.

सौदागराने स्वत:च शरणपत्र देऊन टाकले....

एकदा एक सौदागर घोड्यांची जोडी घेऊन आला. एका सामान्य दिसणाऱ्या घोड्याचं मूल्य १०० रुपये नि अतिशय देखण्या घोड्याचे मूल्य दहा हजार रुपये त्याने सांगितले. सगळेजण माना डोलावित होते...

बाजीरावांनी त्या देखण्या घोड्याचं मूल्य पन्नास रुपये सुद्धा नाही हे लगेचच सांगितले,

'अरे हा घोडा छातीत खलास झालेला आहे...'

सौदागर वरमला. पुणे दरबारसाठी त्याने काही सुंदर घोडे फुकट भेट म्हणून दिले.

श्रीमंतांचा मुक्काम पुण्यात तसा थोडासाच. अखिल हिंदुस्थान हे त्यांचे कार्यक्षेत्र... त्यांचे वेगवेगळे अश्व चारी दिशांना चौखूर दौडत होते. बाजीराव साहेबांची मन:पूर्वक चाकरी करीत होते...

बाजीराव ज्या ज्या वेळी पुण्यास आपल्या आवडत्या राजधानीच्या ठिकाणी असत तेव्हा तेव्हा आपल्या हुजूरपागेत एकतरी चक्कर मारल्याविना त्यांना चैनच पडत नसे.

किती प्रकारचे सुंदर सुंदर घोडे श्रीमंतांनी सगळ्या जगातून जमा केले होते. श्रीमंत हुजूरपागेत येत, तेथे हुजुरांचे म्हणजेच श्रीमंतांचे खास घोडे बांधलेले

असत... राजवल्लभ, पंचकल्याणी, अबलख, सारंगा, काठेवाडी, चुमुरती, वारंगा, कोनेमारा, अरबी आणि किती तरी...

श्रीमंत तिथे आले की, या घोड्यांच्या पाठीवर थाप मार, त्यास खरारा कर, यास चंदी दे, यास दाणा दे., कोणी मलूल, आजारी दिसतो का याची पाहणी कर असा त्यांचा बराच वेळ उद्योग चाले...

आज नित्याप्रमाणे त्यांचा उद्योग चालू झाला नि त्यांचे लक्ष एका बाजूला गेले. एक अक्षरश: पोलादी देहाचा कामगार तेथे नाल घडवीत बसला होता. हा मोठा ढीग त्याच्यापुढे नालांचा रचला गेला होता. भट्टी रसरसून पेटली होती, त्या पोलादाच्या देहावरून घाम निथळत होता. दोन क्षण श्रीमंत त्या भारावून टाकणाऱ्या दृश्याकडे बघतच राहिले. त्यांचे पाय जमिनीला खिळले नि हळूहळू त्यांची पावलं लोहाराकडे वळली.

एक टक त्या जडीवघडीव पुतळ्याकडे, त्यांच्या नालांकडे पाहात होते. रामजी लोहाराचं श्रीमंतांकडे लक्ष होतं कुठे, एकाग्रतेची जणू ती मूर्तीच.

बाजीराव हे त्यांचे एकलव्यत्व बघून खूष झाले नि एवढ्यात रामजी भानावर आला... आणि पाहातो तो काय?

समोर प्रत्यक्ष श्रीमंत बाजीरावसाहेब, दचकून उठलाच रामजी नि मुजरे घालू लागला.

"श्रीमंत, चूक झालेय, लक्षच नव्हता मात्र... गुन्ह्याची माफी असावी..."

"अरे, अपराध काहीच घडला नाही... मी तर प्रसन्नच आहे तुझ्यावर..."

"परसानन, लई उपकार झाले श्रीमंत, लई उपकार झाले. आपुन कंधी आलात ते ध्यानमंदीच आलं नाही माझ्या..."

"काही हरकत नाही, काय नाव तुझं? रामजी ना?"

रामजी नुसते मुजरे घालीत होता.

"बघू? नाल घडवतोस ना, आमच्या घोड्यांसाठी! एक नाल श्रीमंतांनी हातात घेतली, मोठा घडीव, बळकट, सुबक अशी ती नाल श्रीमंतांनी डाव्या हाताच्या तळव्यावर धरला. आपली बोटं त्यावर मिटली, श्रीजगज्जननीच स्मरण केलं नि मूठ वळली नि काय आश्चर्य.

नाल कटकन मोडली.

रामजी लोहार स्तंभितच झाला.

"अरे! कुजकी नाल? पुन: श्रीमंतांनी उजव्या हातात नाल धरली नि क्षणाचीही उसंत न घेता कटकन मोडून टाकली.

आता मात्र रामजीला वेड लागण्याची पाळी आली होती. नाल घडविण्यात त्याच्या हातून मुळीही कसूर झाली नव्हती... किंचितही. मग हे नाल मोडतायत, तुटतायत कसे?

आता तिसरी नाल?

रामजी पुरता हैराण झाला आणि एकदम त्याचं लक्ष श्रीमंताच्या तळव्याकडं गेलं. चमकलाच तो.

नाल चांगलेच घडीव होते, बळकट होत, मजबूत होते... खरं म्हंजी श्रीमंतांच्या हातातील ताकदच अफाट हाये जनू...

श्रीमंतांच्याही हे लक्षात आलं. रामजीनं आपली शक्ती ओळखलेली दिसतीय.

हसत हसत श्रीमंत म्हणाले,

"हे पहा, अरे देशाच्या चारी दिशांना आपले घोडे दौडणार तर मग अशा कुजक्या नालांनी कसं व्हायचं रे? लवकरच दिल्ली काबीज करायची ना आपल्याला. पाचशे कोस जायचं हाय... चांगली मजबूत नाल घडीव..."

"हां हां घडवितो..."

* * *

प्रतिपदेचा दिवस उगवला, रामजीला कधी एकदा शनवारवाड्यात जाईन असं झालं होतं. वेतन घ्यायला तर तो उत्सुक होताच पण... पण... आणखीही त्याला गम्मत करायची होती.

त्या काळचा स्वस्ताईचा काळ, दोन रुपये केवळ त्याचं वेतन, बक्षींनी त्याला दोन रुपये दिले...

रामजी तेथेच उभा राहून रुपये न्याहाळू लागला...

"काय रे, एवढं निरखून पाहायला का झालं? चांगले खणखणीत रुपये आहेत ते मराठी दरबारातले..."

"त्ये तर खरच... पण बक्षी, मला तर ते कुजकेच वाटतायत..."

आणि खरोखर रामजीने एक रुपया तळव्यावर ठेवला नि दुसरा हाताचा अंगठा त्याच्यावर ठेवून त्याने तो चटकन मोडला.

दुसऱ्या रुपयाचं तसंच...

आतापर्यंत असा प्रसंग न पाहिलेल्या बक्षींना आश्‍चर्याचा दणकाच बसला.

टांकसाळीत काय कुजकट धातू आला काय? बघू चौकशी करू म्हणून त्यांनी दुसरे दोन रुपये रामजीच्या हातात ठेवले. तेही रुपये रामजीने लीलया मोडून टाकले.

'आवो, अशा कुजक्या रुपयांनी बाजार कसा काय करू? काय आम्हाला मिळणार? कुनी घेनारबी नाओीत हे रुपये.'

बक्षी घाबऱ्या घाबऱ्या उठले... आत महालात शिरले. देवडीवाल्याची परवानगी पुसायची असते हेही धान्यात आलं नाही त्यांच्या,

"श्रीमंत, श्रीमंत..."

"अरे कोण बक्षी? झालं काय एवढं?"

"नाही श्रीमंत बाहेर आपल्या हुजूरपागेतला रामजी लोहार वेतन न्यायला आलाय नि रुपयेच मोडीत सुटलाय... कुजके आहे म्हणून!"

'अस्सं!' श्रीमंतांच्या स्मृतीची पानं चाळवली गेली...

"बोलवा बोलवा त्याला आत."

रामजी मुजरे घालीत घालीत आत प्रवेशला. मनातून धाकधूक होतीच त्याला.

त्याच्याकडे श्रीमंताची दृष्टी गेली नि अर्थ प्रकाशला...

'अस्सं, आम्ही नाल मोडले म्हणून तू आज रुपये मोडलेस तर...'

'याला काय शिक्षा आहे माहीत आहे?' श्रीमंतांच्या लालबुंद चेहऱ्यावरची शीरन शीर दिसू लागली,

'नाही, तसं नाही...'

'तसं नव्हं न असं नव्हं. पाहतो तुझ्याकडे'

'बक्षी, या रामजी लोहारास आताच्या आता सुवर्णशाळेत न्या नि एक शेर निख्खळ सोन्याचा नाल यास बक्षीस देऊन याचा सर्वांसमोर आदरसत्कार करा.'

बक्षी आणि रामजी श्रीमंतांना आदरपूर्वक मुजरे घालीत एकेक पाऊल मागे सरकू लागले...

□□

थोरले बाजीराव

श्रीमंत बाजीरावांच्या पराक्रमामुळे रजपूत मंडळी फारच भारावून गेली होती. उदयपूरच्या महाराणा जगतसिंहाने बाजीरावांना दरबारात येण्याचे निमंत्रण दिले. सर्वत्र उत्सुकता होती. दोन सोन्याची सिंहासने तयार होती. श्रीमंत बाजीरावांचे आगमन झाल्यावर त्यांचे थाटात स्वागत झाले.

सिंहासनावर न बसला एकदम ते राणाजींच्या शेजारच्या खालच्या आसनावर बसले. सगळ्यांना आश्चर्य वाटले. तेव्हा बाजीराव म्हणाले, "जगतसिंहजी आपण थोर आहात. मोगलांना शरण न जाणाऱ्या महाप्रतापी महाराणा प्रतापसिंहांच्या

वंशातले आहात. म्हणूनच आपण आम्हाला छत्रपतींच्या समान आहात. मी तर छत्रपतींचा सेवक. तेव्हा आपल्या बरोबरीने सिंहासनावर कसा बसू?'' हे ऐकून सारी रजपूत मंडळी खुष झाली.

जयपूरच्या राजाने असाच थाट केला होता. त्या दरबारांत मात्र काहीही संकोच न करता बाजीरावा त्यांच्यासाठी ठेवलेल्या सिंहासनावर बसले. अर्थात त्याचे कारणही उघड होते. जयपूरच्या राजांनी आपल्या मुली मोगलांना दिल्या होत्या. तेव्हा अशा राजघराण्याबद्दल बाजीरावांना आदर कसा वाटणार?

श्रीमंत बाजीरावांचे धाकटे बंधू चिमाजी आप्पा हेही थोर सेनानी होते. वसई, जंजिरा, गुजरात नि मध्यप्रदेश येथील त्यांचे संग्राम महाराष्ट्रात नव्हे, तर भारतीय इतिहासात अमर झाले आहेत.

बाजीरावांच्या तालमींत तयार झालेले शिंदे, होळकर, पवार, गायकवाड आदी वीरांनी महान पराक्रम केले.

शेवटचा प्रसंग म्हणजे नादिरशहाची दिल्लीवरील राक्षसी क्रूर स्वारी होय. पण बाजीरावांना त्याचे यत्किंचितही भय वाटले नाही. कोणाचे अविश्वाचे उद्‌गार ऐकताच बाजीराव म्हणाले, ''वीरहो, विचार करीत आणि शंका घेत काय बसलात? एकीने चाल करून निघा. हिंदूपदपातशाहीचा दिवस उगवलाच म्हणून समजा. मी तर नर्मदा उतरून सर्व मराठी सैन्य चंबळपर्यंत पसरून देणार. मग पाहू हा नादिरशहा कसा खाली येतो ते!'' आणि खरोखरच नादिरशहा पळून गेला. नंतर बाजीरावांनी नासीरजंगाचा पाडाव केला. पण नंतर दुर्दैव ओढवले! आपले महान ध्येय शक्य तितक्या त्वरेने गाठण्यासाठी त्यांना जे जिवापाड, अतिमानवी प्रयत्न करावे लागले, त्यामुळे त्यांना अकाली मृत्यू आला.

शत्रूवर चालून जात असतानाच त्यांनी शिबिरात देह ठेवला. त्यांच्या मृत्यूने भारतीय इतिहासाची फार मोठी हानी झाली. ब्रह्मेंद्रस्वामी, शाहूमहाराज आदींना फार मोठा धक्का बसला. वैशाख शके १६६२ म्हणजे एप्रिल १७४० साली नर्मदेच्या काठी रावेरखेडी येथे त्यांनी इहलोकीचा निरोप घेतला.

❑ ❑

रणधुरंधर चिमाजीआप्पा

परशुराम मंदिराच्या विध्वंसाचा प्रतिशोध

पौष शु. ११, श्रीमंत चिमाजी आप्पांचा स्मृतिदिन भारतीय इतिहासातील एक थोर नि आसामान्य व्यक्तिमत्त्व, बलशालित्व, कर्तृत्व, वीरत्व, आक्रमकत्व

इत्यादी गुणांनी नटलेले विलोभनीय पौरुष! पण थोडेसे अंधारात नि उपेक्षित राहिलेले, याचे मात्र मनाला दुःख झाल्याविना राहात नाही.

चिमाजीआप्पा नि वसई ही दोन नावे एकरूप झाली आहेत. कोणतेही एक नाव घेतले की दुसरे आठवणारच! पण एवढ्यानेच भागणार नाही. आणखी कितीतरी मोठे कर्तृत्व श्रीमंत आप्पासाहेबांचे आहे.

थोरल्या बाजीरावांचा हा सख्खा धाकटा भाऊ. अगदी राम-लक्ष्मणांप्रमाणेच ही जोडी अविस्मरणीय ठरलेली आहे. थोरल्या भावाची ध्येय धोरणे पार पाडण्यासाठी अविश्रांत झटणारा. थोरल्या भावाच्या कर्तृत्ववान घरच्या काळज्यांचा अडथळा नको म्हणून घरगुती कामात पूर्णपणे लक्ष घालणारा, प्रसंग पडेल तेव्हा स्वत: सैन्य घेऊन प्रचंड मोहिमा यशस्वीपणे पार पाडणारा नि भावांच्या मृत्यूनंतर काही महिन्यांतच जगाचा निरोप घेणारा हा वीर परमधन्य होय!

वयाच्या अवघ्या १४ व्या वर्षी चिमाजीला 'पंडित' ही पदवी शाहूमहाराजांनी अर्पण केली. बाजीराव आणि चिमाजी या दोन चिमुरड्यांकडे पाहून त्यांनी उद्‌गार काढले-

''तुम्हांसारखे कर्ते पदरी असता हिमालयाकडीलही किन्नरखंडाचे राज्य साधता येईल.'' शाहूंना या दोन छोट्या छाव्यांबद्दल केवढा प्रचंड पण सार्थ आत्मविश्वास!

माळवा-विजय

चिमाजी आप्पा अत्यंत कुशल असे सैनिकीशास्त्रज्ञ होते. प्रथम त्यांनी माळव्याची मोहीम हाती घेतली. माळवा विजय म्हणजे हिंदूपदपातशाहीचा शुभारंभच होय. १७२८ ची अमझेराची लढाई इतिहासात अतिशय गाजली. मोगलांचा सरदार गिरधर बहादूर ठार झाला. मोठे अद्‌भूत कृत्य झाले. सारा हिंदुस्थान चकित झाला. मराठ्यांची दहशत शत्रूवर बसली. मराठ्यांकडे तोफा नव्हत्या. अल्पगुणी बंदुका होत्या. तरीही भाल्या बरच्यांनी मोठ्या जिद्दीने मराठ्यांनी विजय मिळविला. पाठोपाठ आहू घेतले. देपाळपूर जिंकले नि उज्जयिनीला वेढा घातला. या सर्व पराक्रमाने रजपूतही चकित झाले. श्रीमंत आप्पासाहेबांवर सर्व बाजूंनी अभिनंदनाचा वर्षाव झाला. शाहूमहाराजांना अतिशय आनंद झाला.

गुजरात्यांच्या 'चिमणा राजा'

पाठोपाठ १७२९ ची गुजरातची स्वारी. गुजरात काबीज झाला. गुजराती लोक आपासाहेबांना प्रेमाने 'चिमणा राजा' म्हणत. १७३० मध्ये पेटलाद नि धोलका घेतले. चौथाई व सरदेशमुखीचे हक्क मिळविले.

पुन्हा १७३१ची माळव्याची मोहीम. मोगली अंमलाच्या जाचाने त्रासलेल्या मध्यप्रदेशातील प्रजेने मराठ्यांना हाक घातली. मराठे 'ओ' दिल्यावाचून कसे राहतील? चिमाजी, मल्हारराव, पिलाजी आदी सरदार ससैन्य निघाले. मोगलांचा सरदार दयाबहादूर ठार झाला. मराठ्यांचा मोठा सन्मान झाला.

सिद्दीचा समाचार

नंतरची कामगिरी म्हणजे कोकण किनाऱ्याला दोन शतके छळणाऱ्या सिद्दीचा सणसणीत समाचार. हे सिद्दी (हबशी) म्हणजे प्रचंड देहाचे, क्रूर आग्यावेताळच. ही एक चोरांची टोळीच होती व जंजिरा हा त्यांचा अड्डा होता. लूटमारी, स्त्रियांचे अपहण, पुरुषांना गुलाम म्हणून विकणे, शेते कापून नेणे, कत्तली करणे, धर्मप्रसार करणे हाच त्यांचा व्यवसाय. यावेळी सिद्दी सात हा क्रूर इसम सिद्द्यांचा नेता होता. त्याने चिपळूणच्या परशुराम मंदिरावरच चाल केली. जनतेचा विलक्षण छळ केला. या सर्व प्रकारांमुळे ब्रह्मेंद्रस्वामी, छत्रपती शाहूमहाराज अत्यंत संतप्त झाले. शाहूराजांचे बाजीरावांना पत्र आले, 'आधी घोड्यावर आरोहण करा आणि मग पत्र वाचा.' मग कोकणात वादळी युद्धाचे ढग जमू लागले. मानाजी आंग्र्यांनी मोठा पराक्रम केला. १७३६ मध्ये स्वत: श्रीमंत आप्पासाहेब कोकणात आले आणि त्यांनी रेवस येथे सर्व हबसाण सैन्यांवर मोठा विजय मिळवून त्यांना पायबंद घातला. ज्याने परशुरामाचे पवित्र मंदिर पाडले होते त्या अरबी शत्रूला म्हणजेच जंजिऱ्याच्या सिद्दी साताला ठार करण्यात आले. अशा रीतीने त्याला आपल्या पापाचे प्रायश्चित स्वत:चे प्राण देऊन भोगावे लागले. उंदेरीचा यवन सरदार आणि शत्रूची १३०० माणसे पार गारद करण्यात आली (१९-४-१७३६).

या विजयाने सर्वत्र फार मोठा आनंदी आनंद झाला. अत्याचारांचा प्रतिशोध घेतला गेला. मंदिराची प्रतिष्ठा राखली गेली. विजयी सेनापतीवर अभिनंदनाचा वर्षाव झाला. शाहूमहाराजंना तर परम हर्ष झाला.

"सिद्दी सात म्हणजे रावणाचीच प्रतिमा. त्याला मारून आपण सिद्द्याचे उच्चाटन केले आहे. तुमचा कीर्तिपरिमल सर्वत्र पसरो."

तरुण चिमाजी आप्पांना छत्रपतींनी राजसभेत बोलाविले आणि त्यांच्यावर मानाच्या वस्त्रांचा आणि देणग्यांचा वर्षाव केला. ब्रह्मेंद्रस्वामींच्या वृत्ती उचंळबून आल्या. कोणत्या शब्दांनी आपल्या पराक्रमी शिष्याचे आभार मानावे, हेच त्यांना समजेना. ते म्हणतात-

"शामलांची क्षिति केली. कोकणात धर्म राखिला."

असो, एकूण हे युद्ध मोठे भयंकर झाले. ८०० मराठे ठार झाले होते.

मानाजी आंग्र्यांच्या उरात गोळी लागली. नानाजीराव सुर्वे यांनी सिद्दी सातला ठार केले. त्यांना सत्तावीस जखमा झाल्या होत्या. सिद्दी याकूबही ठार झाला.

पोर्तुगिजांवर स्वारी

या कामगिरीनंतर सर्वांचे मोहरे पोर्तुगिजांकडे वळले. गोमंतक, ठाणे, सध्याच्या मुंबईची काही उपनगरे, वसई, तारापूर, दीव, दमण आदी ठिकाणी पोर्तुगिजांचा अनेक वर्षे करडा अंमल चालू होता. मराठी भाले आता तिकडे वळले. मामला साधासुधा नव्हता. अतिशय कडवट, चिवट नि क्रूर शत्रूशी विषम स्थितीत सामना करावयाचा होता. मराठी झंझावात, तुफान सुरू झाले. घोडदळ, पायदळ, तोफा, बंदुका, शस्त्रे, अस्त्रे चाल करून निघाली. श्रीमंतांची धडक विलक्षण होती. ९ जानेवारीला माहीम सर झाले. लगेच दुसऱ्या दिवशी म्हणजे १०ला केळवे - शिरगांव पडले. पाठोपाठ तारापूरला वेढा पडला. तारापूर हे अतिमहत्त्वाचे ठाणे होते. ‘तारापूर ही निम्मी वसई आहे’ असे चिमाजी आप्पांचे उद्‌गार आहेत. तारापूरवर जिद्दीने नि चिवटपणे मराठ्यांचे मोर्चे लागले होते. खणाखणी, तोफागोळी फार जोरात चालू होती. आणि यश आले. २४ जानेवारीला तारापूरवर फत्ते झाली. भगवा झेंडा फडकू लागला. पण एक दुःखद गोष्ट झाली. बाजी भिवराव रेठरेकर हा वीर धारातीर्थी पडला. ही भूमी स्वतंत्र राहावी या हट्टासाठी अनेकजण प्राणांची कुरवंडी करीत होते. लगेच पुढचे मोर्चे सुरू झाले. ३ फेब्रुवारीला अशेरी घेतली की ५ फेब्रुवारीला बादला पारडी! एका ठाण्यावर काढलेले बार विरतात न विरतात तो दुसऱ्या ठाण्यावर हजर! ७ फेब्रुवारीला वेसावे जिंकले. ११ फेब्रुवारी मढ घेतले. १० मार्चला उरण जिंकले, शीग पराक्रमाची, उत्साहाची नि आनंदाची - इंग्रजही अगदी हादरून गेले. सर्व किनाऱ्यावर सतत ६ महिने लढाई होत होती. ठाण्यामागून ठाणी पडत होती. पर्वतप्राय: लाटा पुढे झेपावत होत्या. शत्रूची त्यांनी दाणादाण उडविली होती मराठ्यांच्या स्वातंत्र्यलक्ष्मीला वसईचा कंठहार हवा होता.

वसईचा संग्राम

६ फेब्रुवारीला मराठे वसईभर पसरले. मोर्च-बांधणी सुरू झाली. फिरंग्यांनी जोराचा प्रतिकार केला. पण मराठे अडिग राहून मुळीही विचलित न होता काम करीतच होते. रात्रीही बांधणी चालूच होती. दुसऱ्या दिवशी ३८ तोफा गर्जू लागल्या तर फिरंग्यानी ११० तोफा चालू केल्या. अनेक मराठे पडले,पण त्यांनी धमधमे उभे केले. सुरुंगांचे काम हाती घेतले. वाळूच्या जमिनीत सुरुंग खोदणे

किती कठीण! पण हे कष्टदायक कामही मराठ्यांनी पार पाडले. पण दुर्दैव! पाच सुरुंग फिरंग्यांनी मोडले. पण मराठे थोडेच कचदिल होते? पुन्हा सुरुंग - पेरणी सुरू झाली आणि एके दिवशी लहानमोठे बारा सुरुंग तटाला भिडले. मराठी तोफचीने फिरंगी सेनापती मार्तिन सिरवेला याला अचूक टिपले.

एव्हाना मार्च संपून एप्रिल सुरू झाला नि संपतही आला. दोनदा अपघात झाला नि अनेक मराठे मृत्युमुखी पडले. वरून केसळणारी आग अगदी असह्य झाली. अगदी निरुपाय झाला, निराशा पसरली. पण आप्पासाहेब मोठ्या धीराचे! हिमतीचे! त्यांनी मराठी मने पुन्हा एकदा पेटविली, वीरश्री संचरविली, रुसलेले चेहरे फुलले.

फिरंगी शरण आणला

दुसऱ्या दिवशी मराठ्यांनी भयंकर एल्गार केला. त्या भयानक आगीतही मराठे पुढे नि पुढेच घुसत होते. गुळाला मुंगळे डसावेत तसे मराठे बुरुजांना चिकटून राहिले. अनेक मराठे जळून मेले. पण बाहेर आलेला प्रत्येक गोरा त्यांनी कापून काढला. फिरंग्यांचे जवळजवळ सव्वाशे अधिकारी ठार वा जखमी झाले. मराठ्याकडील कर्जेकर, पुणेकर, पुरंदरकर लढता लढता पडले. केवळ तेच नाहीत तर अक्षरश: हजारोजण पडले. पण पराक्रमाची मात्र शर्थ झाली. शिंदे होळकर, फडके, बांडे, नाईक-देसाई इत्यादींनी कहर केला.

फिरंग्यांचा प्रतिकार मावळू लागला. १३ मे १७३९ची सकाळ सोनेरी सकाळ उगवली. मराठे तटावर धावले. पण आता समोर दिसत होती शत्रूची पांढरी निशाणे. फिरंगी शरण आला होता. आप्पांच्या नेतृत्वाखाली मराठ्यांनी फिरंग्यांची अडीचशे वर्षांची सत्ता उखडून टाकली. फत्ते वसई! भगवा जरीपटका फडकू लागला...

नुसती वसईच नाही तर पाऊणशे मैलांचा पट्टा काबीज झाला. या प्रदेशात आठ शहरे, वीस किल्ले, तीनशेचाळीस गावे होती. तटबंदीचे डोंगर होते.

धन्य चिमाजी आप्पा! अशा एकेका माणसाने प्राणांची बाजी लावून हिंदुपदपातशाहीची जडण घडण केली, त्यांच्या पराक्रमाचे स्मरण आम्हाला स्फूर्तिप्रद ठरो.

❑ ❑

राणोजी शिंदे

एक धट्टाकट्टा जवानमर्द! साताऱ्याच्या पूर्वेस सुमारे ७ कोसांवर कन्हेरखेड गावचा एक तरुण गडी! तसं पाहिलं तर कन्हेरखेडचे शिंदे फार पूर्वीपासून प्रसिद्ध. अगदी दोन शतकांपासून. पण म्हणतात ना सर्व दिवस सारखे नसतात, प्रत्येकाचा ऊर्जितावस्थेचा काळ असतो म्हणून! शिंदे घराण्याचे चांगले दिवस गेले... ...मोडकळीचे दिवस आले. रहाटगाडग्याची स्थिती कोणालाच चुकली नाही, म्हणून गप्प बसायचे की काय?

राणोजी तसा मजबूत अंगाचा, धिप्पाड, काटक, सहनशील जवान होता. घरची गरिबी! पूर्वीच्या लोकांनी सांगितलेल्या गतवैभवाच्या गोष्टी उरात काहूर माजवून जात, हात वळवळत, सळसळत पण पाठीवरचा आसूड नि हातातील नांगर सुटत नव्हता.

ऐन धामधुमीचा काळ होता तो! शाहूराजे मोंगलांच्या तावडीतून सुटले होते. ते दक्षिणेकडे सरकत होते... अनेक सरदार, शाहूराजांचा उत्कर्ष न साहणाऱ्या महाराणी ताराबाईंचा शाहूराजांना विरोध होता. अशा वेळी एक जबरदस्त मनुष्य शाहूमहाराजांच्या मागे पर्वतासारखा खंबीरपणे उभा राहिला. कोण? बाळाजी विश्वनाथ! अतिशय हुशार नि दोन हात करण्याचीही तयारी असलेला! पण स्वभावाने लाख मोलाचा गडी. बस्स, राणोजीला आधार गवसला. बाळाजीकडे 'मला नोकरीत घेता?' अशी त्याने विनंती केली नि हा धिप्पाड जवान पाहताच बाळाजी मनात खूष जहाले, अर्थात आत्ता तरी सैनिकी डावपेच राणोजीला येत नसल्यामुळे एक सामान्य माणूस, हुजऱ्या म्हणूनच तो सेवेत दाखल झाला. श्रीमंत बाळाजी विश्वनाथ अकालीच वारले नि राणोजींची सेवा आता बाळाजीपुत्र श्रीमंत बाजीरावसाहेब यांच्या चरणी रुजू झाली. लवकरच आपल्या नवीन धन्याचं मन राणोजीनं काबीज केलं.

एकदा श्रीमंत बाजीरावसाहेब नि राणोजी यांची तुफानी घोडदौड चालू होती. घाम निथळत होता, घोड्यांच्या टापा भूमीवर ठरत नव्हत्या. त्यांच्या वेगाने जणू वाऱ्यालाही लाज वाटावी. शेवटी एकदाची घोडदौड संपली. मुक्कामाच्या ठिकाणी दोघेजण परतले. बाजीरावसाहेब आपल्या पायातले चढाव बाहेर काढून आत गेले. राणोजी बाहेर थांबला.

बिचारा. त्या अथक परिश्रमांची इतके दिवस सवय नव्हती. धापा टाकायला लावणारे ते परिश्रम. चांगलाच दमला आमचा राणोजी. जरा कुठे टेकला तो

डोळेच मिटले त्याचे नि गाढ झोप लागली त्याला...

जरा वेळाने बाजीराव बाहेर येतात नि पाहतात तो काय? राणोजी गाढ झोपलेला... आणि एक विलक्षण दृश्य त्यांच्या दृष्टीला पडले. बाजीरावसाहेबांनी काढलेले ते चढाव तिथे दिसत नव्हते. चोरले की काय कुणी? अंहं, राणोजीने आपल्या हृदयाशी ते घट्ट धरले होते नि मगच त्याला डुलकी लागली होती...

ही विलक्षण स्वामिनिष्ठा पाहून बाजीरावसाहेब विलक्षण खूष झाले. त्यांनी राणोजीला हलविले-

दचकून जागा झालेला राणोजी बाजीरावसाहेबांना मुजरे घालू लागला.

हसत हसत बाजीरावसाहेब म्हणाले, ''काही हरकत नाही. तुला डुलकी लागलेली असली तरी तुझी निष्ठा बघून मी प्रसन्न झालेलो आहे.''

''आजपासून तू आमचा शिलेदार.. सैन्यातला अधिकारी.''

राणोजीचं मन कृतज्ञतेनं भरून आलं, आनंदानं हरखूनच गेलं.

आता राणोजी सरदार झाले होते. सरदार राणोजी शिंद्यांच्या घोड्याच्या टापा उत्तरेकडे पडू लागल्या. खूपखूप पराक्रम गाजविला राणोजीनं. नवनवीन विजय मिळविले. खूप मोठी कीर्ती झाली. शिंदे घराण्याचं नाव मोठं केलं पोरानं.

सरदार राणोजी शिंदे आता उत्तरेत स्वाऱ्या-शिकारी करू लागले. श्रीमंत बाजीरावांनी असेच त्यांना एकदा उत्तरेत पाठविले असता दतिया संस्थानच्या रजपूत राजांशी त्यांची अगदी हातघाईची लढाई झाली. रजपूत भलतेच कडवे, शूर, मर्द पण राणोजींचीही कमाल. शौर्याने तळपत होते राणोजी त्या लढाईत. समशेर त्यांची विद्युल्लतेसारखी चमकत होती आणि शेवटी पराक्रमाचा कहर करून राणोजींनी मोठाच विजय मिळविला. मराठ्यांचा तो भीमपराक्रम, तो रुद्रावेश बघून रजपूत सैनिक तर पळतच सुटले. सरशी झाली. मराठे त्यांचा पाठलाग करू लागले.

पाठलागाचे हे दृश्य रजपूत राजाची कन्या आपल्या वाड्याच्या गच्चीवरून पहात होते... राणोजीचा तो पराक्रम, तो आवेश त्याचे अस्मानी शौर्य पाहून रजपूत राजकन्या राणोजीवर प्रसन्न झाली. खूष झाली नव्हे भाळलीच. आपल्या पळणाऱ्या सैनिकांचा तिला तिटकारा वाटला, ती एकदम म्हणाली.

''हं, रणांगणात पाठ दाखवून पळतायत हे सैनिक नि सरदार. यांच्यापैकी कोणाशी लग्न करण्यापेक्षा मी राणोजीलाच वरीन, त्याच्याच गळ्यात वरमाला घालीन.''

आता आपल्या वडिलांची अनुमती कशी मिळणार? पण 'शूरा मी वंदिले'

अशा निश्चयाची ती राजकन्या. लपत छपत तेथून निसटली नि राणोजीकडे आली. राणोजींनी तिची विनंती मानली. गांधर्वपद्धतीने विवाह झाला. महादजी या वीर पुत्राला जन्म दिला. ती राजकन्या -चिमाबाई धन्य झाली, राणोजी धन्य झाला.

❑❑

लाहोरचा धगधगता विजय !

लाहोर! लाहोर! सगळ्यांच्या तोंडी आज लाहोर आहे. भारतीयांनो, जयजयकार करा! हर्षभरित व्हा! उत्साही व्हा! "नमने वाहुनि स्तवने उधळा जयजयकार करा, बंधुनो, जयजयकार करा!!" फार दिवसांची आपली इच्छा पूर्ण होत आहे. तपश्चर्येला फळ येऊ पाहात आहे. विजयाचे पाऊल पुढे पडत आहे. अठरा वर्षांची मरगळ संपत आली आहे. सुप्त झालेले शौर्य जागृत होत आहे. भारतीय सैनिक आगेकूच करीत आहे. लाजिरवाणा इतिहास पुसला जात आहे. बंधूनो, इतिहास स्मरा. कारण लाहोरवर आत मोर्चे रोखले गेले आहेत.

इतिहासाची पुनरावृत्ती

इतिहास पुन्हा तसाच घडत असतो असे म्हणतात . लाहोरबद्दल आपल्याला तसेच म्हणता येईल. लाहोर फार प्राचीन शहर. प्रभू रामचंद्रांचा शूर पुत्र लव याने ते वसविले. म्हणूनच या ऐतिहासिक, पारंपरिक, वैभवशाली नगराबद्दल भारतीयांना फार प्रेम. खरे म्हणजे हे नगर १९४७ मध्ये भारतातच समाविष्ट करण्यात येणार होते, पण दगलबाजी झाली. ऐन वेळी घात झाला. अनेकांना धक्का बसला. या प्रिय नगराला आपल्याला आचवावे लागले. अपरिमित हानी सोसावी लागली. महान् देशभक्तांची ही नगरी, तिला आपण मुकलो. पंचनद्यांच्या भूमीतील या शहरात भारतावर कुटिल आघात करण्याची पाशवी सिद्धता झाली आणि भारताचे मोर्चे लाहोरवर रोखले गेले.

तो सोनेरी क्षण

मागे इतिहास असाच घडला होता. हिंदवी स्वराज्यावर उठलेला अहमदशहा अब्दाली याने लाहोर नि मुलतान हे सुभे मार्च १७५२ मध्ये जिंकले. अहमदशहाने आपला मुलगा तैमूरशहा यास लाहोरचा सुभेदार नेमले व तो अफगाणिस्तानला परतला. सेनापती जहानखान हा लाहोर येथेच राहून कारभार पाहू लागला.

जालंधरचा अधिकारी होता आदिनाबेगखान नि त्याचं होतं अफगाणांशी वैर! या संकटातून कोणी वाचवील तर ते दिल्लीचे मोगल नव्हेत तर दिल्लीत ठाण

मांडून बसलेले, बादशहालाच मुठीत ठेवणारे ते शूर दिलदार, जीवाला जीव देणारे मराठेच तारतील, ही त्याच्या मनाची अगदी निश्चिती झालेली होती.

आणि याच वेळी राघोभरारी उत्तरेच्या दिशेनं जोरदार मुसंडी मारून पुढं सरकत होते. त्यांना श्रीमंत नानासाहेबांसह झालेलं भाषण आठवत होतं.

''रघुनाथ, आत्ताच्या आत्ता त्या उत्तरेत जावंस नि जाट, बुंदेले, रजपूत यांची प्रकरणं आटोपून दिल्लीत प्रवेश मिळवून बादशहाला आश्वासन देऊन या अफगाणांचा पुरा मोड करून त्यांचा हिंदुस्थानात येण्याचा मार्गच बंद केला पाहिजे.''

''होय नाना, या आक्रमकांचा पुरा बंदोबस्त केल्याविना परत येणार नाही, अशीच प्रतिज्ञा करतो.''

''मर्द आहेस रघुनाथा, अशाच निर्भय धडाडीच्या वीरांची हिंदूपदपातशाहीसाठी गरज आहे!''

''तू उत्तरेत चालला आहेस पण माझं लक्ष सदैव तुझ्याकडं लागलेलं आहे हं...''

''शरीरानं मी शनिवारवाड्यात असलो तरीही मनानं मात्र आपल्या विजयी घोडेस्वारांबरोबरच असेन...''

''नाना, श्रींची कृपा नि तुझा आशीर्वाद असल्यावर मराठी दौलतीला काहीही अशक्य नाही बघ! आम्ही निघण्याचीच तयारी करतो. आता दक्षिणेत ज्या थैल्या येतील त्या विजयाच्या खबरी घेऊनच!''

मराठे घोड्यांना टाचा मारीत होते. चढती रीघ होती पराक्रमाची, उत्साहाची नि आत्मविश्वासाची!

आणि एके दिवशी सेनापती रघुनाथराव, मल्हारराव होळकर, जथाप्पा शिंदे यांनी मोठ्या विजयी दिमाखात दिल्लीत प्रवेश केला.

एवढी मोठी दिल्ली... एवढा मोठा दिल्लीचा दरारा, वाकड्या नजरेनं पाहण्याची हिम्मत होती कोणात गेली साडेचारशे वर्षे? दिल्लीचं उन्मत तख्त हिंदूंना आव्हान देत होतं –

''संपलं, या देशातलं हिंदूंचं तेज संपलं. आता कयामतके दिन तक आमचाच... इस्लामचा हिरवा झेंडा आता या देहलीवर फडकताना बघणार. साडेचारशे वर्षे तर तो फडकत आहेच पण पुढील हजारोबरस तो देहलीच काय सगळ्या हिंदोस्तामध्ये साऱ्या दुनियेत फडकत राहाणार....''

आणि खरेच हिंदू खचत चालले, त्यांचा आत्मविश्वास संपत आला...

सर्वांनाच वाटले हिंदू केवळ गुलामीतच राहाणार, गुलामीसाठीच त्यांचा जन्म.

पण अरेरे, दिल्लीच्या त्या तख्ताचा अंदाज साफ चुकला. दक्षिणेत स्वातंत्र्यसूर्याचा उदय झालाच... नव्हे आत्मविश्वासाच्या पराक्रमाच्या सूर्याचा उदय झालाच नि त्याचा एक तेजस्वी किरण आत्ता उत्तरेच्या दिशेने सरसरत चाललेला होता... शिरलाच तो दिल्लीत नि दिल्लीचा प्रदीर्घ अंधार उजळून गेला- प्रकाशच प्रकाश - स्वातंत्र्य - स्वराज्य - दिल्ली आनंदानं, आत्मविश्वासाने न्हाऊन निघली...

मराठे दिल्लीत घुसले. ऐका ऐका, हिंदूमित्र हो, वार्ता विजयाच्या आल्या! नौबती जोरजोरात ओरडून सांगत होत्या. दिल्लीचं कुग्रहण आज सुटलेलं होतं.

शनिवारवाड्याच्या दिल्ली दरवाज्याला आज मनस्वी आनंद झाला होता. श्रीमंत नानासाहेब प्रसन्न होते, सकलसौभाग्यसंपन्न गोपिकाबाई संतुष्ट होत्या. विश्वासराव, माधवराव या छाव्यांचे बाहू स्फुरण पावत होते, पुन्हा पुण्यात थैली आली-

सेनापती श्रीमंत रघुनाथरावांनी रोहिलखंडात थेट कुमाऊनच्या पहाडीपर्यंत स्वारी केलेली आहे. आपली परमपवित्र तीर्थक्षेत्रे मथुरावृदांवनादी सोडविलेली आहेत- मराठ्यांनी दिल्ली तर सर केलेलीच आहे. पण आपल्या पसंतीच्या माणसाला- गाजिउद्दिनला वजीर बनविलेलं आहे. मराठ्यांचा दिल्लीत चांगलाच जम बसलेला आहे.

“शाब्बास रे राघोभरारी!” नानासाहेब उद्‌गारले.

श्रीमंत रघुनाथरावांचे सारे पराक्रम नि विजय अहमदशहा अब्दाली अफगणिस्तानातून पाहात होता, ऐकत होता. चडफडत होता. त्याला झोपही येईनाशी झाली होती. रघुनाथराव गुजरातेतील अहमदाबाद म्हणजे त्या काफिरांच्या भाषेतले कर्णावती नगर जिंकायला निघालेले आहेत ही बातमी ऐकताच अहमदशहाची महत्त्वाकांक्षा उसळून आली.

आणि दिल्ली शहराच्या दिशेने त्याने दौड करून दिल्ली लुटण्याची, घेण्याची आपली हौस भागवून घेतली...

नानासाहेबांच्या तळपायाची आग मस्तकाला पोचली. हे गिलचे ठार झाले तरच ठीक आहे. अन्यथा हे साप सतत वळवळतच राहणार.

थैली ताबडतोब रघुनाथरावांकडे रवाना झाली.

“रघू, ताबडतोब, क्षणाचीही उसंत न घेता नीघ. प्रथम कर अहमदशहाच्या नीच कृत्यांचा बंदोबस्त.”

थैली आल्यावर रघुनाथराव काय थांबतायत्! त्यांच्या घोड्यांच्या विजयी टापा दिल्लीकडे दौडत होत्या. वारा लाजत होता.

पण काम फारच सोपं वाटलं. जणू डाव्या हाताने दिल्ली जिंकली. लढाऊ मराठे थोडे नाराजच झाले.

दिल्ली, पुणं नि सर्वत्रच आनंद उधळला होता नुस्ता!

एवढ्यात दिल्लीला असतानाच रघुनाथरावांना अदिनाखान याची पत्रं आली...

घोडा घामानं निथळत होता...

मराठ्यांनी जल्द अज्

जलद पंजाबात यावं असं त्यानं कळकळीनं आवाहन केलं होतं- तमन्ना व्यक्त केली होती... रोजचा खर्च देईन पण याच...

पंजाबची हाक ऐकणार नसतील तर ते मराठे कसले? अन्याय घडो शेजारी की दुनियेच्या बाजारी... मराठे तिथे धावून जाणारच! स्वराज्याचा मंत्र गाऊ... अशीच मराठ्यांची वृत्ती होती. उदंड शत्रू मर्दून टाकण्यासाठी ते पुढेपुढेच सरसावत होते. भीती तर... हूं..भीती आणि मराठे यांचं हाडवैर होतं.

मराठे सरहिंदमध्ये घुसले नि ते शहर मुक्त करण्यात आलं. त्या दुष्ट समदखानाला कैद करण्यात आलं.

साऱ्या पंजाबमध्ये शीख शासन चालू झाले आहे, असे १७६५ मध्ये अमृतसरमध्ये घोषित करण्यात आले. पुढे लाहोरच्या संबंधात अनेक चकमकी घडल्या. १७९९ मध्ये महाराणा रणजितसिंह लाहोरचे स्वामी बनले.

कुणी म्हणालं, श्रीमंत, याच शहरात पूर्वी श्रीगुरू गोविंदसिंगांच्या दोन मुलांना - फत्तेसिंग नि जोरावरसिंग यांना भिंतीत चिणून ठार मारलं होतं. त्या सिंगाच्या छाव्यांनी बलिदान केलं पण स्वधर्मांचा त्याग केला नाही. धन्य त्यांच्या बेजोड त्यागाची नि धैर्याची!

"शाब्बास रे मर्दांनो", श्रीमंतांचही अंत:करण या अमर त्यागानं उचंबळून आलं होतं...

"म्हणजे आज गुरू गोविंदसिंग नि त्यांच्या दोन पुत्रांना निश्चितच शांती मिळालेली असणार!"...

"होय श्रीमंत!"

श्रीमंत नानासाहेब शनिवारवाड्यातच होते. उत्तरेकडच्या बातम्या ऐकल्याविना त्यांना चैन पडणार नव्हतं... मन अस्वस्थ झालं होतं. उत्तरेकडच्या थैल्यांसाठी!

एवढ्यात-

श्रीमंत, श्रीमंत, उत्तरेकडचे स्वार भयंकर वेगानं येऊन पोचले आहेत.-

पाठव पाठव त्यांना आत्ताच्या आत्ता खलबतखान्यात- कधी एकदा भेटीनं

त्यांना असं झालंय मला आणि नंतर त्यांची व्यवस्था करा...

"श्रीमंत!"

आनंदानं बेभान होऊन जणू ओरडलाच.

"श्रीमंत, आपलं सैन्य लाहोरात घुसलं आहे. लाहोर आज आपल्या ताब्यात आहे. सरदार मानाजी पायगुडे यांनी अहमदशहाच्या पुत्राला तैमूरशहाला पळता भुई थोडी केली आहे. आता आपलं सैन्य रावी काठी आहे. अफगाण सरदार हजारखान याला कैद करण्यात आलं आहे. लाहोरात मराठ्यांचा फार मोठा सन्मान होत आहे. मोठंच स्वागत केलंय तिथल्या जनतेनं. श्रीमंत रघुनाथराव यांनी शालिमारबागेत एक भव्य दरबार भरवून शत्रूच्या हृदयात धडकी भरवलेली आहे नि मित्रांच्या मनात आशा निर्माण केलेली आहे. अनेक प्रमुख सरदार, जहागीरदार, जमीनदार मोठ्या आदबीनं सेनापती श्रीमंत रघुनाथरावांची भेट घेत होते. त्यांना नजराणे अर्पण करीत होते...."

हे सारं नियमितपणं पुण्याला कळवलं जात होतं. सर्वांचीच अंतःकरणं आनंदानं उचंबळून येत होती. श्रीमंत नानासाहेबांच्या पुण्यप्रतापाची वाढती कमान होती. दिल्ली जिंकल्याची वार्ता आली तेव्हा श्रीमंत नानासाहेबांनी स्वतःच्या हातांनी हरकऱ्यांच्या तोंडात साखर घातली. सरहिंद पडले, शनिवारवाड्यावर चौघडा जोरजोरात वाजू लागला. लाहोर जिंकलं. साऱ्या पुण्यात हत्तीवरून साखर वाटली. आणि....

आणि एके दिवशी ती सुवर्णवार्ता पुण्यात येऊन धडकली...शाहीर कवी, कलाकार, कीर्तनकार, प्रवचनकार सगळ्यांच्या तोंडी एकच विषय होता... एकच गाणं होतं..

विजयाच्या वार्ता..

विजयाच्या वार्ता..

सारं पुणं केवळ धुंद झालेलं होतं. स्वतःची कामंधामं सुचतच नव्हती. दिल्लीहून पुण्याकडे येणाऱ्या रस्त्यांवर टापा वाजतायत, सांडणीस्वार दौडतायत, जासूद, हरकारे, टप्पेकरी भर वेगात येत आहेत असेच सर्वांना भास होत होते. आणि आलेली ती विजयवार्ता सर्वांनी देहाचे कान करून ऐकली-

"प्रभू श्रीरामचंद्रांचे पुत्र लव यांचे लाहोर पुनरपि स्वराज्यात आलं. रामरायांचा जणू हिंदवी स्वराज्याला आशीर्वाद मिळाला आणि या विजयाने उत्साहित होऊन मराठी सैन्य पुढे निघालं आहे. प्रतिदिन नवनवीन प्रदेश मुक्त होत आहे... तुकोजी होळकर, साबाजी शिंदे या मर्दांनी 'अटक' नदीपावेतोचा प्रदेश हस्तगत केलेला

आहे. त्यांनी अटक शहरावर भगवे झेंडे रोवलेले आहेत. सिंधुनदीपावेतोचा मुलूख काबीज करून पलीकडे पेशावरास आपल्या अनुकूल असलेल्या अब्दुर्रहमानची स्थापना केलेली आहे...''

या विजयाच्या वार्ता ऐकून पुण्यात उत्साहाचा-आनंदाचा एकच कल्लोळ उसळला. हत्तीवरून साखर वाटली गेली. पुण्यात जणू दसरा-दिवाळी संचारली. लोक आनंदाने वेडे झाले होते. शनिवारवाड्यावरचा भगवा झेंडा ताठ मानेने मोठ्या डौलात फडकत होता. पण आकाशात मात्र दूरवर कुठेतरी तेजस्वी मेघाला एक काळी किनार विशोभीत करीत होती.

❑❑

व्यायामप्रेमी सदाशिवराव पेशवे

श्रीमंत सदाशिवराव पेशवे कमालीचे व्यायामप्रेमी. व्यायाम, कुस्ती नि खेळ यांचा त्यांना शौक. लहानपणापासून लागलेला हा नाद त्यांनी अखेरपर्यंत टिकवून धरला. व्यायामामुळे शरीर कसलेले. स्वभाव कमालीचा धाडसी. त्यामुळेच की काय, वयाच्या अगदी एकोणिसाव्या वर्षी दिल्लीचं तख्त फोडू शकले ते. सदाशिवरावांचा सर्वात आवडता व्यायाम म्हणजे सूर्यनमस्काराचा. ते दररोज १२०० सूर्यनमस्कार घालत. कुठल्याही परिस्थितीत - अगदी पानिपतच्या रणधुमाळीत देखील त्यांचा हा नेम चुकला नाही. उद्‌गीरच्या लढाईत निजामाचा दणदणीत पराभव झाला. आजवर निजामाला असा पराभव कधीच पत्करावा लागला नव्हता. त्यानं चिडून सदाशिवरावांवर मारेकरी घातले. पण श्रीमंतांच्या सावधपणाने मारेकऱ्यांचा बेत फसला. तरी देखील जखम ही झालीच. पण दुसऱ्या दिवशी श्रीमंत आपले नित्यनेमाप्रमाणे व्यायाम करताना आढळलेच. असे हे व्यायामप्रेमी सदाशिवराव पेशवे अखेर पानिपतच्या युद्धात धारातीर्थी पडले.

❑❑

श्रीमंत भाऊसाहेब

जानेवारी या महिन्यात संक्रांत येते. संक्रांतीला घडलेला रोमहर्षक, चित्तथरारक नि एक फारच भीषण असा प्रसंग म्हणजे पानिपतचे युद्ध. हे युद्ध आपण कधीच विसरू शकणार नाही. कदाचित आपले कोणी पूर्वज नातेवाईक त्यात असतीलही. तर या युद्धाच्या अगोदर काही दिवस घडलेला प्रसंग! एका बाजूला अहमदशहा अब्दालीच्या सैन्याचा तळ पडलेला, एका बाजूला मराठ्यांचा! मराठ्यांचे नेते होते

श्रीमंत सदाशिवरावभाऊ. मराठ्याच्या सैन्याला गोविंदपंत बुंदेले हे रसद पुरवीत असत. म्हणजे गोविंदपंतांवर फारच मोठी जबाबदारी होती. अब्दालीने हे ओळखले. त्याच्या अताईखान नावाच्या सरदाराने अवचित झडप घालून कापाकाप केली. गोविंदपंत ठार झाले! गोविंदपंताचे शिर कापून घेऊन ते अब्दालीने श्रीमंत भाऊसाहेबांकडे पाठविले. बरोबर पत्र होते 'तुमचे गोविंदपंत पुढे तुम्हास स्वर्गी जागा पाहावयास गेले आहेत.' काय भयंकर प्रसंग हा! दुसरा कोणी सेनापती असता तर गडबडलाच असता! पण श्रीमंत भाऊसाहेब म्हणजे मूर्तिमंत धैर्य, मूर्तिमंत शौर्य! समयसूचकही तसेच. त्यांनी लगेच तडक अब्दालीला तसेच 'जशास तसे' उत्तर पाठविले. 'ती तर साऱ्यांचीच जागा आहे. सध्या तुम्ही कंदाहारचे थोर पातशहा झाला आहात. तुम्ही स्वर्गात जाल तेव्हा तुमचे तेथे योग्य स्वागत झाले पाहिजे. म्हणोन पुढे तरतूद करण्यासाठी गोविंदपंत तेथे गेले आहेत.'

काय वाटले असेल अब्दालीला हे उत्तर वाचून? कुणालाही कौतुक वाटेल असेच हे धडाडीचे उत्तर होते. भाऊसाहेब, तुमचा आम्हाला अभिमान वाटतो.

□□

दिल्लीच्या लाल किल्ल्यावर विजयी भगवा ध्वज

२ ऑगस्ट १७६०! सोन्याचा दिवस! कौतुकाचा दिवस. नाही हो, या दिवसाला तुलना नाही.

श्रीमंत सदाशिवराव तथा भाऊसाहेबांनी शिंदे, होळकर नि बळवंतराव मेहेंदळे यांची पथके दिल्लीवर पाठविली. साऱ्यांचे नेत्र दिल्लीकडे लागले होते. ही इतिहासप्रसिद्ध राजधानी जिंकण्याचे केवढे विलक्षण परिणाम होणार आहेत, याची सर्वांना कल्पना होती.

पठाणांनी प्राणपणाने प्रतिकार केला पण मराठ्यांच्या झंझावातापुढे अक्षरशः त्यांचा पालापाचोळा उडाला. टिकाव धरणे अशक्य झाले. 'ऐका ऐका हिंदूमित्र हो, वार्ता विजयाच्या आल्या! पाचशे वर्षांचं पारतंत्र्य संपले. दुष्टदुरात्म्याची स्वप्नं भंगली. गुलाम, तुच्छ मानले गेलेल्या हिंदूंनी अशक्यप्राय वाटणारी गोष्ट सहज शक्य करून दाखविली. एवढे क्रूर, शूर, पठाण... पण त्यांनी हार खाऊन ती प्रख्यात राजधानी मराठ्यांच्या स्वाधीन केली. दिल्लीचा कोट प्रतिकाराचा प्रयत्न करीत होता पण मराठ्यांचे शूर सरदार इब्राहिमखान गारदी यांच्या तोफखान्याच्या जबरदस्त माऱ्याने यावनी पथके माघार घेऊ लागली. ह्या विजयवार्तेने प्रत्येकाच्या हृदयात आनंदाचे भरते आले. मराठ्यांनी दिल्लीत अभिमानाने विजयप्रवेश केला.

पांडवांच्या राजधानीच्या - इंद्रप्रस्थाच्या गडावर श्रीमंत भाऊसाहेब, श्रीमंत विश्वासराव, शिंदे, होळकर, गायकवाड, पवार, जाधव, मेहेंदळे, समशेर बहाद्दर, नारोशंकर, पुरंदरे, अंताजी माणकेश्वर, विठ्ठल शिवदेव विंचूरकर, खिरे आदी वीरांनी मराठ्यांची हिंदूंची भगवी ध्वजे रोवली. वीर पृथ्वीराज चाहमान यांच्या काळानंतर बरोबर ५६७ वर्षांनी हिंदूंच्या सेनेने, हरिभक्तांच्या सेनेने स्वतंत्र हिंदुध्वजाखाली दिल्ली नगरात हा पहिल्यानेच विजयप्रवेश केला. यावनी चंद्रकोरीला अर्धचंद्र मिळाला. आणि हिंदूपदपातशाहीचा विजयी वैभवशाली भगवा ध्वज, पठाण आणि रोहिले, मोगल आणि तुर्क, शेख आणि सय्यद, सर्वांनी पराकाष्ठा केली, प्रखर विरोध केला, तरीही हिंदवी साम्राज्याच्या राजधानीवर पुन्हा फडकू लागला. यमुनेच्या पलीकडे अगदी जवळच गेलेला अब्दालीही घाबरून गेला, तो काहीही करू शकला नाही.

स्वा. सावरकर म्हणतात ते मुळातूनच वाचावे (हिंदूपदपातशाही) "एक दिवस का होईना हिंदूपदपातशाहीचे स्वप्न साकार झालेले श्रीमंत सदाशिवराव भाऊंनी, विश्वासरावांनी अनुभवले. अशा एका दिवसानेही राष्ट्राच्या जीवनाचे सार्थक होते. असा एकच दिवस वाढत्या प्रकाशात राष्ट्रीय जीवनाच्या अनेक शतकांतील प्रयत्न नि पराक्रम सुख नि कष्ट, आशा नि परीक्षा केंद्रित करीत असतो, त्या एका दिवसाने शत्रूच्या अत्याचारांच्या नि पारतंत्र्याच्या संपूर्ण सात शतकांनाही हिंदूचे तेज वा त्यांना पुनरुज्जीवित होण्याचा चेतनधर्म नष्ट करता आला नाही, हे निर्विवाद सिद्ध करून दिले! आपण आपल्या शत्रूला तुल्यच नाही तर वरचढ आहोत हे त्यांना दाखविले..."

❑ ❑

श्रीमंत नानासाहेब यांची स्वामी निष्ठा

पुण्यश्लोक छत्रपतीशाहूमहाराज म्हणजे सर्वांचे एकमेव श्रद्धास्थान ! तसे अजातशत्रूच! सर्वांना बरोबर घेऊन जाणारे! तरीही... राज्य म्हटले की कटकटी आल्याच! नाना प्रश्न, नाना समस्या! तरीही धीरोदात्त, मुत्सद्दी, हुशार, राजनीतिपटू असे शाहूमहाराज सगळ्यांना तोंड देत होते. सगळ्यांतून मार्ग काढीत होते. यशस्वी पावले पुढेच पडत होती. राज्याची प्रगती चालू होती पण..

पण आपण काही अमरपट्टा घेऊन आलेलो नाही याची पूर्ण जाणीव पुण्यश्लोक शाहूमहाराजांना होती. आपल्या मागे राज्याचं कसं होणार याची त्यांना एक काळजीच होती. तसं पाहिलं तर वयाच्या दहाव्या वर्षापासून पंचविसाव्या

वर्षापर्यंत शाहूमहाराजाचं आयुष्य मोंगलांच्या नजरकैदेत गेलं होतं. त्यामुळे थोडीशी आरामाची व थोडीशी स्वस्थतेची सवय शाहूमहाराजांना लागली होती. युद्धाची आणि दगदगीची कामं शाहूमहाराजांकडून तितकीशी होत नसत. पण हे जरी जमलं नाही तरी साऱ्या सरदारांवर वचक ठेवणं, त्यांची आपापसातली भांडणं मिटवणं हे काम मात्र शाहूमहाराजांनी यशस्वीरीतीने पार पाडलं होतं. त्यातून छत्रपती शिवाजीमहाराजांच्या या गादीबद्दल, या नातवाबद्दल सर्वांच्याच मनात अतिशय आदर वसत होता.

आणखी एक अत्यंत चांगली गोष्ट. महान सुदैवाने शाहूमहाराजांना प्राप्त झाली होती ती म्हणजे त्यांना मिळालेले पंतप्रधान, एकापेक्षा एक धडाधडीचे, कर्तृत्वाचे आणि शौर्याचे पुतळेच होते जणू. स्वामीनिष्ठा हा तर त्यांचा प्रधान गुण! शाहूमहाराजांनी आपल्या पंतप्रधानावर एखादी अवघड सवघड कामगिरी सोपवावी आणि खुशाल शांतपणे निद्रासुख अनुभवावे. अक्षरशः स्वप्नातही दंगा व्हायचा नाही.

पण काही विघ्नसंतोषी लोक होतेच की दरबारात आणि ते शाहूमहाराजांचे कान भरण्याचे काम अगदी नियमितपणे करीत होते.

त्या दिवशी शाहूमहाराज शिकारीहून आले होते आणि बराच काळ न भेटल्यामुळे आपल्या राणी सरकारांना भेटायला त्यांच्या महालात गेले. त्यांना माहीत होते की आपली राणी भलतीच मानिनी आहे आणि त्या दिवशी खरंच तसं झालं. मनात काही एक ताठा धरून, अढी भरून, तोंड एवढंस करून सकवारबाई राणीसरकार महाराज शाहू छत्रपतींकडे पाठ करूनच बसल्या होत्या... महाराजांना जरा नवलच वाटलं. खरं म्हणजे राणीसरकारांनी त्यांच्या पायाकडे धावच घ्यायला पाहिजे होती. पण इथं पहावं तर रुसवा?

"काय झालं आमच्या राणीसरकारांना? कोणी बोललं? कोणी रागावलं? काही मनाविरुद्ध झालं? कोणी कारस्थानं केली?" शाहूमहाराजांनी अगदी मनमिळाऊपणे विचारले. "होय, केली कारस्थानं! तो, तो तुमचा लाडका पंतप्रधान, नानासाहेब! तो मुळी आमच्या गादीचा शत्रूच झालाय? काय बेफाम बनलाय! आणि इथं पहावं तर सरकारस्वामी अगदी थंड! एके दिवशी राज्य बळकावून बसला म्हणजे कळेल" सकवारबाईसाहेब फणकाऱ्याने म्हणाल्या-

"अस्स! आपले नानासाहेब असे आहेत तर एकूण!"

"हो, पण बराच काळ लागला महाराजांना ओळखायला, वेळ जात चालली. दुखणं वाढत चाललं! विचारा ना त्यापेक्षा आपल्या जगजीवनराव प्रतिनिधींना

किंवा यमाजी शिवदेवकडून खात्री करून घ्या. आम्ही एवढी तुमची काळजी करतो आणि आपणाला मात्र त्याचं काहीच नाही, आपले उठसूठ त्या नानासाहेबाचं कौतुक!'' राणीसरकार पारच क्रोधायमान झालेल्या दिसल्या.

''बरं सरकार, आपण त्या नानासाहेबाला काढून टाकू. मग तर झालं?'' शाहूमहाराजांनी आश्वासन दिलं.

सकवारबाईसाहेबांची कळी एकदमच खुलली.

* * *

शाहूमहाराजांनी जगजीवनराव प्रतिनिधी यांना भेटीस बोलाविले.

'कशाला बरं बोलविले असेल आपल्याला' प्रतिनिधी मनाशी गुणगुणत होते. लगेच ठेवणीतला पोशाख काढून निघाले ते महाराजांच्या मुजऱ्याला! उत्कृष्ट दिसणारा तो मौल्यवान अंगरखा, ती भव्य पगडी आणि अतिशय शुभ्र सरवार, गळ्यात कंठा... असं वाटलं त्यांना की सहज महाराजांवर छाप पाडू आणि आपल्या मनासारखं करवून घेऊ. ते अगोदर कळवळून, अनुज्ञा घेऊन मोठ्या आदबीने महालात प्रविष्ट झाले.

लांब रुंद असा तो महाल, मध्यभागी अंथरलेलं उंची जाजम, विविध ठिकाणाहून आणलेली नि शोभायमान दिसणारी झुंबर आणि मध्यभागी व्यवस्थित ठेवलेले शाहूमहाराजाचं आसन, त्यावर भारदस्तपणे बसलेले पुण्यश्लोक शाहूमहाराज, त्यांचे ते अतिभव्य छाप टाकणारे व्यक्तिमत्त्व... सराव असूनही प्रतिनिधी थोडे गडबडूनच गेले. मनात योजून आले होते, नानासाहेबांबद्दल भरपूर कटू बोलायचं म्हणून पण शाहूमहाराजांना पाहताच पार विरघळून गेले त्यांचे विचार.

''यावं प्रतिनिधी, काय काय बातम्या आहेत. आज मुद्दाम बोलावणं पाठवलं आपल्याला'', शाहूमहाराजांनी आरंभ केला.

अत्यंत विनम्रतेने मुजरा करून खाली बसण्याचा आविर्भाव करीत प्रतिनिधी आपल्या आसनावर स्थानापन्न झाले,

आपलं भरजरी उपरणे जरा इकडे तिकडे करीत मोठ्या विनयानं ते म्हणाले, ''महाराज, आपल्यासारखा भूपती आणि पंतप्रधान नानासाहेबासारखा आपले साहाय्यक असताना का चिंता? मराठी दौलतीचा डंका खरच रुमशाम पावतो ऐकू जाईल.''

''प्रतिनिधी, ही सारी श्रींची इच्छा! खरंच श्रींच्या इच्छेनं मराठी दौलतीचा उत्कर्षच होईल-''

शाहूमहाराजांनी स्वत:चा मोठेपणा झाकून टाकला,

"आणि दुसरं म्हणजे नानासाहेबासारखे कर्ते पंतप्रधान आमच्या पदरी असताना तशी आम्हाला काहीच काळजी नाही. त्यांच्यावर कोणताही अवघड-सवघड मनसुबा सोपवावा आणि निर्धास्त असावं." शाहूमहाराज अगदी मनापासून श्रीमंत नानासाहेबांचा गौरव करीत म्हणाले.

"महाराज, थोडासा मर्यादातिक्रम होत आहे पण बोलल्याविना राहवत नाही. आपली अनुमती असेल तर चार शब्द सांगावे म्हणतो" प्रतिनिधी आता विषयाला तोंड फोडू पाहत होते.

"जरूर जरूर, प्रतिनिधी अवश्य बोला. मराठेशाहीच्या साऱ्या आधारस्तंभाचं म्हणणं मला ऐकलंच पाहिजे. कारण मराठी-शाहीची वास्तू धड आणि मजबूत उभी राहिली पाहिजे ना" - शाहूमहाराज प्रतिनिधीच म्हणणे जाणून घेऊ इच्छित होते.

"महाराज, असे ऐकतो की ते कुणाचीही पत्रास न ठेवणारे नानासाहेब आता म्हणे व्यसनामध्ये दंग असतात."

आणि नुकतीच पुण्याहून बातमी आली आहे की नानासाहेब अशा थराला जाणार आहेत की लवकरच ते प्रत्यक्ष महाराज आपलीही किंमत ठेवणार नाहीत... महाराज आपल्या हितासाठी जीव तळमळतो, म्हणून हे म्हणण्याचं धाडस केलं हं! नाही तर श्रीमंताचं आणि आमचं वाकड थोडचं आहे. प्रतिनिधीची पेरणी अगदी व्यवस्थितपणे चालू होती.

अस्सं, म्हणजे पंतप्रधान आमच्याशी खेळ खेळू पाहतात, असं तुमचं म्हणणं प्रतिनिधी! याचा आम्हाला जरूर विचार केला पाहिजे. आणि आता या गोष्टीची शहानिशा, करण्याची वेळ दूर नाही म्हणा!

स्वामी

महाराज शाहू छत्रपतींचा दरबार बरखास्त झाला. सरदारांची, दरकदारांची नि मानकऱ्यांची परतण्याची एकच गडबड उडाली. जो तो आधी जाण्याची घाई करीत होता. एवढी मोठी राजसभा आता मोकळी होऊ लागली. काही मोजकीच प्रमुख मंडळी तिथे आता दिसत होती. दरबार संपला तरी झगमगणारी दरबारी चिन्हे दरबारच्या साऱ्या वैभवाची कल्पना आणून देत होती.

महाराज शाहू छत्रपतींचे आता बरंच वय झालेलं होतं. वाढत्या वयाबरोबर माणसं थकणारच. त्यातून पुत्रसंतती नसल्यामुळं ते थोडे उद्विग्न वाटत. राणी सकवारबाईंचा तापट स्वभाव. लाडकी राणी सगुणाबाई अलीकडे थोडी थोडी आजारी असे. या साऱ्या कारणांमुळे शाहूमहाराज काहीसे वैतागले होते.

शाहूमहाराज आपल्या आसनावरून उठले धीरे धीरे वाड्यात जावयास निघाले. बरोबर त्यांचे सेवकजन होतेच. मधल्या दालनात त्यांनी आपले चढाव हळूच टाकून दिले आणि सेवकजनांकडे एक कटाक्ष टाकला. कोणीही सेवक चढाव उचलायला धावला नाही. आणि तसेच ते अनवाणी वाड्याकडे जाऊ लागले. ते दोन तीन पावलं असे गेले असतील तोच... अतिशय चाणाक्ष आणि हुशार अशा नानासाहेबांचे तिकडे लक्ष गेलंच नव्हे ते होतंच! नानासाहेब तिकडे धावले. त्यांनी ते चढाव अत्यंत भक्तिभावाने उचलले आणि तितक्याच विनम्र भावाने महाराजांपुढे ठेवले. शाहूमहाराजांना आश्चर्याचा आणि आनंदाचा प्रचंड धक्का बसला. आपला कयास बरोबर ठरणार हेही त्यांनी ओळखलं. तरीही त्यांनी विचारलंच "नानासाहेब, तुम्ही ते चढाव उचलून आणलेत?"

"महाराज, आपण आमचे स्वामी!" नानासाहेब उद्गारले.

कसोटी

चढावांची गोष्ट सर्वदूर पसरली. कुत्सितपणे बोलणाऱ्यांचे चेहरे बघण्यासारखे झाले, त्यांच्या बोलण्यातली कटू धार एकदम कमी झाली. पण तरीही काहीजण कुरबुरलेच.

"बरं का, ते नानासाहेबांचं सारं नाटकच होतं, माहीत आहे?"

"मला वाटतं इतकं सुंदर ढोंग कुणालाच जमणार नाही."

"महाराजांवर छाप पाडण्याचा हा त्यांचा प्रयत्न चालू आहे."

...मत्सरग्रस्तांची अंधारात कुजबूज चालली होती. उघड बोलण्याची मात्र कोणाचीच हिंमत नव्हती. एकतर श्रीमंत नानासाहेबांचा दरारा, त्यांनी सर्वसामान्यांमध्ये मिळविलेलं स्थान आणि चढावांच्या या प्रसंगानं त्यांना आणखीनच मिळालेली लोकांची भक्ती!

शाहूमहाराजांच्या कानावर अनुकूल प्रतिकूल दोन्ही बातम्या जात होत्या आणि मग एके दिवशी शाहूमहाराजांनी गंमतच केली.

श्रीमंत नानासाहेब शाहूमहाराजांच्या दर्शनासाठी सातारला अगदी भरधाव निघाले होते. सात हजाराचे अश्वपथक त्यांच्याबरोबर होते. लवकरच ते सातारच्या परिसरात पोहोचले. सातारचा परिसर फारच रमणीय होता नि शाहूमहाराज तेथेच असल्यामुळे नि लहानपणी नानासाहेबांचा बराच काळ साताऱ्याला गेल्यामुळं त्यांना स्वाभाविकच या परिसराबद्दल एक आत्मीयता निर्माण झाली होती. या वेळचा त्यांचा मुक्काम वेण्णामाईच्या तीरावर पडला होता. कधी एकदा राजर्षी स्वामींच्या दर्शनाला जातोय असं त्यांना झालं होतं. तयारी चालली होतीच,

एवढ्यात त्यांचा विश्वासू सेवक धावत धावतच आला, धाप लागली होती त्याला, तुफानी घोडदौडीमुळं! तो मुजरा करून, घाईघाईतच धाप लागलेल्या अवस्थेतच कसंबसं म्हणाला.

"श्रीमंत, एक खराब बातमी आहे. काही विषारी जीभा स्वामींच्या कानाशी लपलप करीत आहेत. आपल्या विरुद्ध कान फुंकण्याचाच डाव असावा हा! आपण सावध राहिले पाहिजे. आत्ताच्या आत्ता या लोकांचा आपण बंदोबस्त करूया, एकेकाला अशी अद्दल घडवूया की नाही..."

"संताजी, बातमी आणलीस उत्तम केलंस, पण सबुरीनंच घेतलं पाहिजे आपण. आपल्याला इथं गृहकलह पेटवायचा नाही. उलट असलाच तर आपल्या शांत, समंजस वागणुकीनं तो विझवायचा आहे आणि चांगले काम करणाऱ्याच्या मार्गात विघ्नसंतोषी लोक बाधा आणणारच, तिकडं दुर्लक्ष करायचं. शब्दाने शब्द वाढतो, कटुता वाढते. इथं शस्त्राचही काम नाही. तर आपले चोख कर्तव्यपालन हेच त्याला उत्तम उत्तर आहे.

एवढ्यात शामियान्याची कनात अनपेक्षितपणे वर उचलली गेली. नि नानासाहेबांच्या लाडक्या हुजऱ्याने प्रवेश केला.

नानासाहेबांनी आपले मुख वर उचलले. त्रासिक मुद्रा मात्र मुळीही नव्हती त्यांची! कारण अनंता आत काही बातमी सांगण्यासाठीच आला असणार, त्यांनी कान टवकारले-

अतिशय श्रद्धेने त्रिवार मुजरे घालीत अनंता म्हणाला,

"श्रीमंत, स्वामींकडून चिटणीस आलेले आहेत. अतिशय महत्त्वाचा निरोप आणलाय त्यांनी!"

'जा जा, लवकर. पाठव त्यांना." आत काहीतरी महत्त्वाचं असणार याची श्रीमंतांना कल्पना आलीच. पुढं घडणाऱ्या कित्येक गोष्टी त्यांना अगोदरच समजत.

अदबीने चिटणीस आत आले. त्यांच्याबरोबर आलेल्या हुजऱ्याच्या हातात खलित्याची थैली होती. घाईघाईतच ती थैली त्यांनी आपल्या हातात घेऊन लगेच निष्ठेने मस्तकी धारण केली. कारण खलिता खुद्द थी महाराजांचाच होता. त्यांची नजर मजकुराच्या ओळीवरून पुढं पुढं धावत होती. पत्राचा आशय झटकनचं लक्षात आला त्यांच्या. शाहूमहाराजांनी लिहिले होते, नव्हे आज्ञाच केली होती.

"तुमचे प्रधानपद दूर केले आहे, तरी हुजऱ्यांबरोबर शिक्के, कट्यार व जरीपटका पाठवून द्यावा..."

शामियान्यात एकदम शांतता पसरली.

'श्रीमंत! आणि आता पंतप्रधान नाहीत? कसं शक्य आहे हे?'

'श्रीमंतांना दूर करून मराठी दौलतीचं अकल्याण का करायचं आहे महाराजांना?'

'श्रीमंत नाहीच म्हणजे शत्रूचं चांगलचं फावलं की हो!'

'मला वाटतं, आपण प्रमुख प्रमुख सरदारांनी जाऊन शाहूमहाराजांना विनवून पहावं.'

शामियान्यात लहान - मोठ्या, संथ, द्रुत, शांत, - चिडलेल्या सुरात कुजबूज चालली होती.

स्वत: श्रीमंत नानासाहेबांच्या चेहऱ्यांवर मात्र कसलेही विकार उमटले नव्हते. ते पूर्वीइतकेच शांत, प्रसन्न दिसत होते, आणि याचेच इतरांना आश्चर्य वाटत होते. त्यांच्या हृदय-समुद्रावर विकारांचे तरंग मुळीही उमटत नव्हते.

'श्रीमंत आता काय करणार?' सर्वत्र एकच कुतूहल! साताऱ्यातही अनेक जण हळहळले.

श्रीमंतांनी ताबडतोब आपला प्यारा जरीपटका आणि शिक्के, कट्यार हुजऱ्याच्या स्वाधीन केली. नि लहानशी राहुटी ठोकून तेथे ते राहू लागले. राजर्षी स्वामींना त्वरित एक पत्र त्यांनी लिहिले-

'आज्ञा झाली तेव्हाच स्वामींच्या चरणापाशी आलो असतो, परंतु येथे फौज आहे. ती कोणाच्या स्वाधीन करावी? कृपा करून आज्ञा व्हावी म्हणजे मग लगेच तिकडे येता येईल.'

आता श्रीमंत नानासाहेब, नव्हे नुसते नानासाहेब! नानासाहेबांकडून शाहूमहाराजांना वारंवार विनंतीपत्र जात होती. पण तिकडून नीट उत्तरं येत नव्हती. पुन्हा नानासाहेबांनी लिहिले -

'आम्ही एका राहुटीनीशी बाहेर राहिलो. चरणापाशी येण्याची आज्ञा व्हावी किंवा दुसरी काही सेवा सांगावी किंवा कृपा होणे ती व्हावी.'

एकदा शाहूमहाराजाकडून निरोप आला-

'तुमचे पद तुम्हाला परत केले तर आम्हाला भेट काय द्याल?'

नानासाहेबांनी त्वरित उत्तर पाठविले-

'आम्ही एकटे येथे आहोत. फौजफाटा सरकारात दिलाच आहे. आम्ही येथेच पायापाशी आहोत. घर व सर्व जे आहे ते सरकारात नजर आहे.'

नानासाहेबांचं हे सर्वस्वसमर्पण बघून महाराज शाहूछत्रपतींना भरूनच आलं. त्यांनी ताबडतोब नानासाहेबांना बोलावणं पाठवलं.

नानासाहेब अतिशय नम्र स्थितीत शाहूमहाराजापुढं उपस्थित झाले. त्यांनी

बरोबर केवळ एकच खिजमतगार आणला होता. आल्या आल्या मुजरे करून नानासाहेब म्हणाले-

''पायाशी कोणती सेवा सांगणे ती आज्ञा होऊन पायांचा वियोग मात्र न व्हावा.''

हे ऐकलं मात्र महाराजांची खात्रीच झाली नानासाहेब हेच खरे निष्ठावंत, स्वामीभक्त, राज्याचे सर्वात मोठे आधारस्तंभ! त्यांनी ताबडतोब जरी पटका, शिक्के व वस्त्रे सर्व पदाचे बहुमान आणवून वस्त्र आणि प्रधानपद पुन्हा दिले.

नानासाहेबांनी अतिशय तत्परतेने महाराजांच्या चरणावर आपलं मस्तक ठेवलं. आर्त श्रद्धेचे, विनम्रतेचे ते उदाहरण बघून तिथे असलेला प्रत्येकजण चकित झाला. नानासाहेबांबद्दल कोणाच्या मनात असलेलं धुकं वितळू लागलं होतं तर काहींच्या मनातली जळमट झटकली गेली होती.

शाहूमहाराज प्रसन्न होऊन उद्‌गारले, ''आमच्या मनात संशयाची किल्मिष नव्हतीच पण, चहाडखोरांची ही खात्री व्हावी, साऱ्यांना कळावं, पटावं म्हणून तुमची निष्ठा आम्ही पाहिली. तुम्ही बाजीरावांचे पुत्र नि बाळाजी विश्वनाथाचे नातू खरेच! तुमची सेवा, नम्रता, निष्ठा पाहून बहुत बहुत संतोष जाहला.''

नानासाहेबांच्या चेहऱ्यावरची प्रसन्नता कायमच होती. ती मागच्या कटू प्रसंगातही ढळली नव्हती. उलट ग्रहणातून बाहेर पडलेला सूर्य अधिकच प्रखर भासावा, तेजस्वी दिसावा ना, तसे ते दिसत होते.

□□

श्रीमन्त माधवराव आज आपण हवे आहात!

आजच्या ह्या भयाणकाळात अत्यधिक आवश्यकता असेल तर ती अशा समर्थव्यक्तिदर्शनाची! अशी भव्यदिव्य - कर्तृत्वसंपन्न - स्वाभिमानी देशभक्तीने रसरसलेली व्यक्तिमत्त्वे पाहिल्यावर नव्या पिढीवर त्यांचा थोडा तरी परिणाम होणारच. आजचे नेतृत्व, पुढारी हे बहुतांशी फालतू (वा इंग्रजीत बोगस) आहेत. ह्याविषयी कुणाचे म्हणजे त्या पुढाऱ्यांचेही दुमत होऊ नये. अशावेळी 'देश हा देव असे माझा' ही प्रखर भावना हृदयी बाळगून त्यानुसार पावले टाकणाऱ्या श्रीमंत माधवरावांसारख्यांच्या चरित्रांचे दर्शन घडविणे हे नितान्त आवश्यक आहे.

पहिल्या प्रथम पेशवाईसबंधीचे थोडे गैरसमज दूर करूया. काहींची अशी गोड समजूत झालेली आहे की पेशवाई म्हणजे केवळ रोमनशाही, जेवणावळी. केवढा भयंकर गैरसमज हा! आता पेशवाईतले दोष मान्य करूनही आपण

थोडक्यात असे म्हणूया की साताऱ्यापर्यंत पोचलेले मराठी राज्य ह्या वीरांनी थेट अटकपासून कटकपर्यंत पोचविले, दिल्लीपासून त्रिचनापल्लीपर्यंत पसरविले. चारशे वर्षे गुलाम असलेली दिल्ली ४० वर्षे का होईना स्वतंत्र केली, चारशे वर्षे फडकणारा हिरवा झेंडा... पण तेथे भगवा जरीपटकाही फडकविला.

दिल्लीवर मराठ्यांचे वर्चस्व स्थापले. अत्यंत जबर असे मोगल, रोहिले, अफगाण, निजाम, हैदर, टिपू, इंग्रज ह्यांना मराठी / हिंदवी तलवारीचे पाणी चाखावयास लावले. भांडणाऱ्या मराठ्यांमध्ये ऐक्य स्थापून त्यांच्यातून एक मराठा संघ निर्माण केला नि सुमारे १०० वर्षे हिंदुस्थान गाजविला. मराठ्यांची संस्थाने सर्व भारतभर निर्माण केली. मुख्य म्हणजे कैदेत पडलेल्या - तीस वर्षे कैदेत पडलेल्या छत्रपती श्रीशिवाजी महाराजांच्या पत्नी श्रीमंत सकवारबाई नि छत्रपती श्रीसंभाजी महाराजांच्या पत्नी श्रीमंत येसूबाई यांची सन्मानाने मुक्तता केली. श्रीमंत बाळाजी विश्वनाथांचे हे कर्तृत्व, कार्य कधीच विसरता येणार नाही. असो.

श्रीमंत माधवरावांना तोड नाही. सध्याच्या कर्तृत्वशून्य नेत्यांनी ह्या कर्तृत्वसंपन्न तरुणाचा अभ्यास करावाच करावा. सध्याच्या नातेवाइकांचेच कल्याण करणाऱ्या नेत्यांच्या पुढे श्रीमंत माधवरावांचे चरित्र ठेवलेच पाहिजे नि त्यांनीही माधवराव चरित्राचा अभ्यास करून योग्य तो बोध घेतला पाहिजे. योग्य ते अनुकरण केले पाहिजे.

अहो, प्रत्यक्ष वडील श्रीमंत नानासाहेब, काका महापराक्रमी श्रीमंत भाऊसाहेब, प्रत्यक्ष सख्खाभाऊ वीर विश्वासराव धारातीर्थी पानिपतावर पडलेले, एकच राहिला भाऊ नारायणराव. पण तो तर अल्पवयी, धाकटा. नि एक काका, अतिशय पराक्रमी पण चंचल नि आता तर विरोधकच - राघोबा. सत्तावीस नामवंत सरदार रणांगणात कामी आलेले नि लाखभर सैनिक ठार नि इंग्रज, पोर्तुगीज, सिद्दी, मोगल, रोहिले, रजपूत, जाट निजाम, हैदर या भयंकर शत्रूंनी उचल खाल्लेली आणि स्वकीय शत्रूही आहेतच... काय करावे केवळ १६ वर्षांच्या माधवरावांनी? पायाला आधार देण्याऱ्यांपेक्षा पाय ओढणारेच अधिक! पण ह्या छोट्या मुलाने जे दिगंत कर्तृत्व गाजविले त्याला इतिहासात तोड नाही. १६ व्या वर्षी पंतप्रधानपद? ही कल्पनाच करवत नाही. आणि मिळालंय लुटायला तर घ्या लुटून ही वृत्ती नाही. मराठी-हिंदवी राज्य हेच ध्येय- त्यांची बांधणी, त्याचे संवर्धन, पडलेले मंदिर पुन्हा एकदा सुंदर करणे, कमी झालेला मराठी दरारा पुनः प्रस्थापित करणे. हे सगळे ह्या छोट्या मुलाने केले. वय १६ ते वय २७ केवळ ११ वर्षे मिळाली.

पण त्यात प्रयत्नांची पराकाष्ठा, आकाशगामी कर्तृत्व, अथक उदंड परिश्रम... सध्याच्या उडाणटप्पू, विलासी, तत्त्वशून्य, ध्येयशून्य, अस्वाभिमानी, देशाला अधिकाधिक गाळात रुतविणाऱ्या अस्वधर्मप्रेमी, असंस्कृत्याभिमानी, असमाजसेवक, न्यूनराष्ट्रप्रेमी, आमच्या पात्रतेहून दूर गेलेल्या नेत्यांनी हे सगळं अचाट कर्तृत्व पाहावं एकदा! मग स्वधर्मावर कडवी निष्ठा बसेल ह्यांची, राष्ट्रावर प्राणांपलीकडे प्रेम करतील! तो मग दलाली नाही करणार, स्वत:च्या चैनीसाठी, परकीय वस्तू नाही वापरणार नाही, ते स्वत:च्या अंगणात इटालियन फरशी बसविणार, नाही स्वविलासासाठी कोटी कोटी रुपयांची हानी करवून विमानांची चैन करणार!

तर असो, श्रीमंत माधवरावांचे लेखन तडफेचे, निकराचे नि बिनछपवाछपवीचे असे. मनात एक कागदावर दुसरा असा प्रकार माधवरावांचा नाही. उलट चुलत्यास लिहिलेल्या पत्रात त्यांच्या अन्यायांचे माप माधवराव यांनी भरपूर पदरात घातलेले आहे. अन्त:करण दयार्द्र, पण न्यायात निष्ठूर, हा त्यांचा बाणा त्यांच्या पत्रात आणि एकंदर कारभारात व्यक्त होत होता. स्वत:करिता काही नाही. आपण सर्व राज्याचे नोकर, राज्य हे केवळ संरक्षणार्थ आपल्याकडे आलेले आहे. उपभोगार्थ नव्हे, ही त्यांची भावना पदोपदी व्यक्त होते.

रियासतकार श्री. गो. स. सरदेसाई म्हणतात की, अल्पावकाशात अनेक भानगडीचे निकाल ताबडतोब करून ते व्यवस्था सुरळीत लावीत असत. सरकारी काम नि सहा महिने थांब अशी त्यांची स्थिती नव्हती. सहा महिने म्हणजे फार लवकर. अहो बेळगांव कारवार प्रश्न तर बत्तीस वर्षे कुजलेला आहे. एका प्रकारे हा जागतिक विक्रम ठरावा. एकंदरीत मराठेशाही कामाचा उरक श्रीमंत माधवरावांइतका दुसऱ्या कोणलाही नव्हता. अंगीकृत कार्याचा अगदी पिच्छाच पुरवून ते तडीस नेणे हा त्यांचा कृतनिश्चयच!

स्वारीतून गोपिकाबाई मातु:श्रींना लिहिलेल्या पत्रांत त्यांचा हुरूप, निश्चय आणि तडफ हे गुण सहज दिसतात. 'मनोळी व चिकोडीचा गुंता उरकून धारवाडास आलो. कित्तूरचा गुंता थोडा राहिला आहे. तो सत्वरच उरकून तुंगभद्रा तीरावर जाऊ, सावनूरकर भेटीस येणार, मुरारराव निघाले आहेत. हैदर, नाईक व मीरफैजुल्ला बिदनुरी आहेत. वरकड वर्तमान होईल ते सेवेशी लिहिन.'' या एका वाक्यात एक एक प्रकरण भरलेले आहे.

सध्या बोफोर्स काय, फेअरफॅक्स काय, ज्योस्ना काय! कोटीकोटी नव्हे अब्जावधींचा भ्रष्टाचार, परंतु श्रीमंत माधवरावांचे हिशेबाच्या बाबतीत फारच तीक्ष्ण लक्ष असे. त्यांना लबाडी मुळीही खपत नसे. कोणी फसविण्याचा प्रयत्न

केल्यास तो कधी पचत नसे. आप्त असो की मर्जीतला असो अपराधी दिसल्याबरोबर त्यास शिक्षा ही व्हावयाचीच. त्यांच्यासमोर गुन्हा कधी छपत नसे. गंगधडीचा मामलेदार लक्ष्मण कोन्हेर याने दरबारातील लोकांस पैसे चारून खोटे हिशेब सरकारात गुदरले. त्यावर पेशव्यांनी त्याच्या घरावर अचानक जप्ती नेऊन कच्चे कागद आणिले; आणिक पावणेचार लक्ष रुपये मामलतीत खाल्ल्याचे सिद्ध केले.

तोफखान्याचे हिशेबीही अशाच लबाड्या उघडकीस आणल्या.

पुण्यातील निरनिराळ्या सरदारांचे कारकून आपल्या धन्यास कळवू लागले की, ''आता कागदपत्रास फार भ्यावे.'' रास्ते हे माधवरावांचे प्रत्यक्ष मामा, पण त्यांचेही आपल्या भाच्यापुढे काहीही चालले नाही.

श्रीमंत माधवरावांचे अनुशासन, शिस्त फार कडक असे. सकलसौभाग्यसंपन्न रमाबाई, ह्या माधवरावांच्या अगदी एकनिष्ठ पत्नी. पण त्यांचीही पतीच्याद्वारे एखादी गोष्ट करून घेण्याची प्राज्ञा नव्हती.

माधवराव केवळ सत्याचे पक्षपाती असून थाटमाट, चैन वा आराम त्यास मुळीही खपत नसे. सत्य हे खडतर आणि कष्टसाध्य असते, त्याचीच मूर्तिमंत प्रतिमा माधवराव होते. त्यांचा कारभार म्हणजे सध्याच्या तथाकथित पुढाऱ्यांप्रमाणे केवळ आरामचैन, विलास, यांचा नसून सर्वथैव सैनिकी बाण्याचा होता. वाटाघाटीत किंवा विचारात निष्कारण वेळ न घालविता झटपट काम करून सर्वांगीण प्रगती संपादण्याकडे त्यांचे लक्ष असे. अशा थोर व्यक्तिमत्त्वास अडचणीचे वा प्रत्यक्ष मृत्यूचे सुद्धा भय वाटत नाही. स्वत:च्या हिंमतीवर ते वागतात. शेवटच्या मृत्युप्रसंगी सुद्धा डगमगल्याचा शब्द श्रीमंत माधवरावांच्या तोंडून निघाला नाही. ''ईश्वर करील तसे होईल, संसार असत्य', इत्यादी राघोबाचे शब्द माधवरावांना कधी पटले नाहीत. मनुष्यप्रयत्नच बलवत्तर, मनुष्य करील ते होईल हे त्यांनी आपल्या उदाहरणाने सर्व राष्ट्रास स्पष्ट करून दाखविले. दुष्ट निजामाकडून पुणे जाळले गेल्यानंतर माधवरावांनी सालोसाल मोठी मेहनत - परिश्रम घेऊन नगराची सर्व नवीन रचना केली. सर्व लोकांस परत आणून दुरस्ता हवेल्या सिद्ध केल्या.

समरांगणावर ठासून उभा राहून सैनिकी मोहिमा जोराने नि नेटाने सिद्धीस नेणारा, सर्वांचे ऐकून स्वत:च्या विचाराने तात्काळ निश्चय ठरविणारा, अनेक बिकट कामे नि कारभार रोखठोकीने नि तडकाफडकी पार पाडणारा असे हे श्रीमंत माधवराव... श्रीछत्रपती शिवाजीमहाराजांच्या नंतर तेच! इंग्रज राजदूत टेलर म्हणाले ''हे जास्त दिवस जगते तर त्यांनी पेशवाईचं नाव चांगलेच काढले असते.''

श्रीमंत, माधवराव, आपण आज हवे आहात!

❑ ❑

पुण्यश्लोक अहल्यादेवी होळकर

जिजामाता, येसूबाई, ताराबाई, राधाबाई, गोपिकाबाई, अहल्याबाई, सईबाई, रमाबाई, बायजाबाई, लक्ष्मीबाई प्रत्येकच आपापल्यापरीने श्रेष्ठ आहेत. पण प्रख्यात श्री. म. श्री. दीक्षित म्हणतात त्याप्रमाणे श्रेष्ठत्वाचा मुजरा जिजामातांना, पराक्रमाचा हार लक्ष्मीबाईंना, तर धर्म-राजकारणाची, मानाची मूल्यवान शाल पुण्यश्लोक अहल्याबाईंना! पेशवेकालीन सरदार घराण्यातील अहल्याबाई होळकरांना जाऊन २१० वर्षे झाली. आजही त्यांचा कीर्तिसुगंध सतत दरवळत आहे. त्यांचा जन्म चौंडी (पाटोदे, बीड) येथे इ. स. १७२५ मध्ये तर मृत्यू महेश्वर (म.प्र.) येथे इ.स. १७९५ मध्ये झाला. मल्हारराव आणि गौतमाबाई हे सासूसासरे नि खंडेराव हे पती. अहल्याबाईंनी जी बांधकामे, जीर्णोद्धार केले आहेत, ते सगळे स्वत:च्या खासगी उत्पन्नातून! त्यासाठी राज्याचा एक पैसाही वापरलेला नाही, उलट खासगी उत्पन्नातील शिल्लक त्या राज्यकारभारासाठी वापरत.

सध्याचे अनेक तथाकथित पुरोगामी लोक राष्ट्रीय एकात्मतेवर प्रहार करीत आहेत, पण अहल्याबाईंनी दोनशे वर्षांपूर्वी, राष्ट्रीय एकात्मतेला पोषक अशीच कामे केली, हा त्यांचा महान विशेष होय. श्रावण वद्य १४ शके १७१७ म्हणजे १३ ऑगस्ट, १७९५ हा त्यांचा स्मृतिदिन सातत्याने राष्ट्रीय पातळीवर साजरा व्हावा.

चौंडी नामक एका खेड्यात जन्मलेली, सामान्य घरातील सामान्य वाटणारी कन्या महान राज्यकर्ती होती. श्रीमंत माधवराव पेशवे, महादजी शिंदे, नाना फडणीस, सेनापती हरिपंततात्या फडके, कवी मोरोपंत, शाहीर अनंतफंदी, मुत्सदी, प्रभाकर देवराव हिंगणे, सेनापती सर जॉन माल्कम आदींच्या कौतुकास व आदर्शास पात्र ठरते, हे एक अत्यंत वैशिष्ट्यपूर्ण उदाहरण आहे.

संकटे तरी किती यावी? निकटतम अशा नऊ नातेवाइकांचे मृत्यू झालेले त्यांना पाहावे लागले. कुणीही हादरून जावे अशी ही संकटे. पण अहल्यादेवींनी हे सगळे मोठ्या धैर्याने पचवून जनसेवा, जनकल्याण, उत्कृष्ट राज्यकारभार हे व्यवस्थित चालूच ठेवले.

अहल्याबाईंची शौर्य धैर्य प्रवृत्तीही अत्यंत प्रशंसनीय आहे. रामपुरा आणि आसपासचा प्रदेश होळकरांच्या ताब्यात होता. तिथे बंडखोरांकडून वारंवार उद्रेक, बंडे होऊ लागली. जनतेचे हाल होऊ लागले. काही करूनही पूर्ण बंदोबस्त होईना. एका प्रसंगी तर होळकरी सैन्यच हरले. बाई संतप्त झाल्या. त्यांनी नेतृत्व

स्वत:कडे घेतले. पक्का बंदोबस्त करण्याचा कठोर निश्चय केला. आपल्या सैनिकांना त्या कठोरपणे म्हणाल्या, "तुम्ही मला जर तोंड दाखववावयास लढाईतून हरून परत आलात तर मेखसू घालून ठार करीन. बंडखोरांना होते की नव्हते करून टाका." झाले! अहल्याबाईंच्या स्फूर्तीमुळे सैनिक असे काही लढले की, प्रचंड फत्ते! इ. स. १७८८ चातुर्याच्या, शौर्याच्या या वार्ता राजधानी पुण्यात आल्या. आनंदी-आनंद झाला. नाना फडणीसांनी तोफांची सरबत्ती उडवून या विजयवार्तेचे स्वागत गेले. "प्रचंड प्रचंड असं शौर्य अहल्याबाईंमध्ये दिसून आलं." असे नाना उद्गारले. "आजपावेतो बाईंची स्नानसंध्या धर्माची प्रवृत्ती ऐकण्यात आली होती. आज पराक्रमाची ही गोष्ट मोठीच केली. पुण्याचे पुण्यद्वार म्हणजे नर्मदातीरचे माहिष्मती हे आम्हास आज समजले."

कित्येकदा अहल्याबाई आपले सासरे वीर मल्हाररावांबरोबर रणांगणात उपस्थित असत. अहल्याबाईंचे अदम्य साहस, रणकौशल्य वाखाणण्याजोगे! पानिपत - लढाईतही दारूगोळा भांडाराची व्यवस्था त्यांच्या देखरेखीखाली होती. रणांगणासंबंधित लहानसहान गोष्टींचेही त्यांना ज्ञान होते. कुंभेरीच्या लढाईत पती खंडेराव आणि अहल्याबाई दोघेही रणांगणावर होते. याच लढाईत दुर्दैवाने खंडेरावांचा मृत्यू झाला.

भिल्ल आणि गोंड या वनवासींचा स्नेह अहल्याबाईंनी संपादन केला. त्यांच्याकडून पडीक जमिनींची लागवड करून घेतली. त्यांच्याशी माणुसकीचे वर्तन ठेवले. पण मानसिंगासारख्या डाकूला देहांताची शिक्षा देण्यासही कमी केले नाही.

गरिबांविषयी तोंडदेखला नव्हे तर, कृतियुक्त कळवळा त्यांच्या ठिकाणी होता. "कडाक्याच्या थंडीने मृत्यू', अशा वार्ता आपण आजही वाचतो. अहल्याबाईंनी कडक थंडीच्या मोसमात गरिबांना कपडे आणि कांबळी देऊन त्यांचे संरक्षण केले होते. (संदर्भ : म. श्री. दीक्षित, म. म. तपस्वी, शरद पगारे, वा. दा. गोखले)

राष्ट्रसेविका समितीचा एक आदर्श देवी अहल्याबाई आहेत, हे अगदी सर्वथैव योग्य आहे.

महेश्वरी लुगडी आजही प्रसिद्ध आहेत. त्याचे सारे श्रेय अहल्यादेवींना जाते. तीन हजार विणकरांना आपल्या राज्यात त्यांनी वसविले आणि त्यांना या व्यवसायासाठी भरपूर उत्तेजन दिले.

केवळ परमेश्वराचेच स्तवन करणारे कविवर्य मोरोपंत भारावून जाऊन या गंगाजळनिर्मळ प्रात:स्मरणीय देवीविषयी म्हणतात, 'देवी अहल्याबाई! झालीस जगत्त्रयांत तू धन्या! न न्यायधर्मनिरता अन्या कलिमाजि ऐकिली कन्या!'

❑❑